ഭായ്ബസാർ

Bhaibasar
Stories

Reena P G

CHINTHA PUBLISHERS
Thiruvananthapuram

First Edition
July 2022

Published
Chintha Publishers, Thiruvananthapuram

Typesetting
Star communications, Thiruvananthapuram

Printed at
Repro India Ltd, Mumbai.

Cover Design
Vinod Mangoes

ISBN : 978-93-94753-02-0

CO - 3124 / 6023

Email: chinthapublishers@gmail.com
Website: www.chinthapublishers.com

A version is available at National Libraries
Kolkata, Mumbai, Chennai and Delhi

Distribution
DESHABHIMANI BOOKHOUSE
H O Thiruvananthapuram 695035

Branch
Head Office Kunnukuzhi • Statue Thiruvananthapuram
KSRTC Bus Terminal Thampanoor • Saphalyam Complex Thiruvananthapuram
KSRTC Bus Station Alappuzha • KSRTC Bus Station Ernakulam
Machingal Lane Thrissur • IG Road Kozhikode
Mavoor Road Kozhikode • NGO Union Building Kannur
Central Bus Terminal Complex Thavakkara Kannur

ഭായ്ബസാർ

റീന പി ജി

ചിന്ത പബ്ലിഷേഴ്സ്
തിരുവനന്തപുരം-695 035

റീന പി ജി

അദ്ധ്യാപിക (ക്രസന്റ് ഹയർ സെക്കന്ററി സ്കൂൾ, അടക്കാക്കുണ്ട്, കാളികാവ്)

പ്രസിദ്ധീകരിച്ച പുസ്തകം: *ആകാശവേരുകൾ* (കവിതാ സമാഹാരം)

ലഭിച്ച പുരസ്കാരങ്ങൾ: കേരള കലാകേന്ദ്രം കമലാസുരയ്യ കൾച്ചറൽ സൊസൈറ്റി ഏർപ്പെടുത്തിയ പത്താമത് കമലാസുരയ്യ ചെറുകഥ സ്പെഷ്യൽ ജൂറി അവാർഡ് 'ദാഹം' എന്ന കഥയ്ക്ക് ലഭിച്ചിട്ടുണ്ട്. കെ എസ് എഴുത്തച്ഛൻ സ്മാരക കവിതാ പുരസ്കാരം (2018), തീ മരത്തണൽ കവിതാ പുരസ്കാരം (2018), കാക്കനാടൻ കഥാ പുരസ്കാരം - ജൂറി പരാമർശം 2019, വിരൽ വാലന്റൈൻസ് കവിതാ പുരസ്കാരം 2019, സുരേന്ദ്രൻ സ്മാരക സാഹിത്യ അവാർഡ് (കവിത) 2018, പു ക സ കവിതാ പുരസ്കാരം 2019, കെ എസ് ടി യു സംസ്ഥാനതല അദ്ധ്യാപക പുരസ്കാരം, സർഗ്ഗം സാഹിത്യ പുരസ്കാരം, വിദ്യാരംഗം മലപ്പുറം ജില്ലാ കമ്മിറ്റി സംസ്ഥാനതല കഥാപുരസ്കാരം.

വിലാസം : പൂശാലി ഹൗസ്
നീലാംബരി, പറയങ്കാട്
പൂക്കോട്ടുംപാടം പോസ്റ്റ്
പിൻ: 679332, മലപ്പുറം ജില്ല

ഫോൺ : 9497132522

വാട്ട്സാപ്പ് : 9846964831

ഉള്ളടക്കം

ആമുഖം
കഥയെന്ന കടൽ 9
ഒരു തിരിഞ്ഞുനോട്ടം 13
ദാഹം 20
വെയിൽപ്പൂക്കൾ 25
പ്രളയഭൂമിയിൽനിന്ന് ഗതിമാറി
ഒഴുകിയത് അവൾ ഒറ്റയ്ക്കല്ലായിരുന്നു 28
ചക്കമൊളഞ്ഞ് 33
കാലാന്തരങ്ങൾ 37
മൃഗവേട്ട 39
നാദിയയുടെ സിറിയ 43
കർഫ്യൂ 48
കളിയാട്ടക്കാവിലെ പൊയ്ക്കോലങ്ങൾ 52
പെരുച്ചാഴി 58
സിറോഅവർ 62
ആണ്ടുബലി 64
ഉത്തരംതാങ്ങി 66
വൈറസ് 72
അപരിചിതമായൊരു സ്ത്രീഗന്ധം 76
രമേശന്റെ വിശപ്പ് 80
ഭായ്ബസാർ 88
കടൽക്കോള് 100
അയനം 105
തീപെയ്തിറങ്ങുന്ന നിലാവിന്റെ പച്ചയിലക്കാടുകൾ
ഡോ. കെ ബി ശെൽവമണി 108

പ്രസാധകക്കുറിപ്പ്

മനുഷ്യരുടെ ഉള്ളകങ്ങളിൽനിന്നും ഒരു സ്ത്രീക്കുമാത്രം ചികഞ്ഞെടുക്കാൻ കഴിയുന്ന ചില ജീവിത സന്ദർഭങ്ങളുണ്ട്, അത്തരം ചില സന്ദർഭങ്ങളുടെ തീക്ഷ്ണമായ ആഖ്യാനമാണ് ഈ സമാഹാരത്തിലെ കഥകൾ. സാമൂഹ്യ ജീവിതത്തിന്റെ വിവിധ മണ്ഡലങ്ങളിൽനിന്നും കഥാകാരി തന്റെ കഥാബീജം കണ്ടെത്തുന്നുണ്ട്. പാട്രിയാർക്കിയുടെ ഇരുമ്പുചങ്ങലകൾക്കുള്ളിൽ ജീവിക്കേണ്ടിവരുന്ന പെൺജന്മങ്ങളുടെ കുതറലും തെളിനീരുപോലുള്ള സ്നേഹസപർശവും നല്കുന്നു റീനയുടെ കഥകൾ. കഥ പറച്ചിലിന്റെ പുതുവഴിയിലൂടെയാണ് ഈ എഴുത്തുകാരിയുടെ സഞ്ചാരം. ഓരോ മനുഷ്യനും തന്റെ ജീവിതാനുഭവത്തോടു ചേർത്തുവയ്ക്കുവാൻ കഴിയുന്ന ഈ കഥകൾ വായനക്കാർക്കു മുന്നിൽ സമർപ്പിക്കുന്നു.

ചിന്ത പബ്ലിഷേഴ്സ്

സമർപ്പണം

എന്നെ അത്യന്തം വേദനിപ്പിച്ചവർക്ക്, അപമാനിച്ചവർക്ക്,
അവഗണിച്ചവർക്ക്, താഴ്ത്തിക്കെട്ടിയവർക്ക്,
മറ്റൊന്നിനുമല്ല,
എത്ര ചവിട്ടിയരച്ചാലും കിളിർത്ത് പൊങ്ങുമെന്ന്
ബോദ്ധ്യപ്പെടുത്താൻ വേണ്ടിമാത്രം.

ആമുഖം

കഥയെന്ന കടൽ

ഒരു വ്യക്തി ഏറ്റവുമധികം ബഹുമാനിക്കുന്നത് അയാളുടെ വ്യക്തിത്വത്തെയാണ്. ഒരു സ്ത്രീയെന്ന പരിമിതി സമൂഹം അടിച്ചേല്പിക്കുന്നുവെങ്കിലും അഭിമാനം മറ്റാരുടെ മുന്നിലും അടിയറ വെക്കാത്തതിൽ ഏറെ അഭിമാനമുണ്ടെനിക്ക്.

കഥകളൊരുപാടുണ്ടായിരുന്നു, വെന്ത ദേഹത്ത് വരഞ്ഞ് മുളക് പുരട്ടി നീറ്റി നീറ്റി തിളച്ച എണ്ണയിലിടപ്പെട്ടു കഴിഞ്ഞാൽ ചത്തുപോവുമെന്ന് തോന്നിയപ്പോൾ മാത്രം ജീവൻ അടർന്നുപോകുന്ന വേദന സഹിച്ച് പാമ്പ് ഉറയുരിയുംപോലെ ആത്മാവിനെ സ്വതന്ത്രമാക്കി തിരിഞ്ഞ് നോക്കാതെ മുന്നോട്ടുനടന്ന കഥ, ആനന്ദത്തിന്റെ കൊടുമുടിയിലേക്ക് നടന്നു കയറി ഇതായിരുന്നല്ലോ ഞാൻ എന്ന് ഉറക്കെ അലറിച്ചിരിച്ച കഥ... ആരും കാണാതെ അലറിക്കരഞ്ഞ കഥ.. അങ്ങനെ.. അങ്ങനെ കഥകളെയും ജീവിതത്തെയും ഇഴപിരിച്ചെടുക്കാനാവാത്ത വിധം ഇടകലർന്ന ഒരുപാട് കഥകൾ.

കഥകൾ സ്വപ്നംകണ്ട്, കഥകളെ പ്രണയിച്ച്, കഥകളിൽ അഭിരമിച്ച്, കഥകളിൽ ജീവിക്കാൻ കൊതിക്കുന്ന എന്റെ മനസ്സിൽ കടൽപോലെ അറ്റം കാണാനാവാത്ത വലിയൊരു കഥയുണ്ട്. അതങ്ങനെ കഥകളും ഉപകഥകളുമായി പറഞ്ഞിട്ടും പറഞ്ഞിട്ടും തീരാതെ അന്തമില്ലാതെ നീണ്ടുനീണ്ടു പോവുകയാണ്. അനന്തമായ കഥാലോകം ഉള്ളിലും പുറത്തുമുണ്ടെന്ന തോന്നലുകൾ പല സൂചനകളിലൂടെ പ്രത്യക്ഷപ്പെട്ടപ്പോഴും അത് സത്യം തന്നെയാണോ എന്നത് അത്ഭുതമായിരുന്നു. അതിൽ കുറെയൊക്കെ മാത്രമേ വാലും തലയും ചെതുമ്പലുകളുമായി പുറത്തു വന്നിട്ടുള്ളൂ. സിംഹഭാഗവും പ്രസവിക്കാനിരിക്കുന്നതേയുള്ളൂ. കഥയെഴുത്ത് ഒരു വെല്ലുവിളിയാണെനിക്ക്. അതിസാഹസികമായ പാതകളി

ലൂടെ ആരും സമീപിക്കാത്ത വിധം സാഹചര്യങ്ങളെ സമീപിച്ച് സൊല്യൂഷൻ കണ്ടെത്തുക എന്നത് ഒരു ക്രേസ് ആയി കൊണ്ടുനടക്കുകയാണ്..

ജനനം മുതലേ അച്ഛന്റെ രൂപത്തിൽ കഥകളെന്റെ കൂടെയുണ്ടായിരുന്നു. എല്ലാ കുഞ്ഞുങ്ങൾക്കും കഥകൾ പറഞ്ഞുകൊടുക്കുന്നത് അമ്മമാരാണല്ലോ. എന്റെ കാര്യത്തിൽ അത് വ്യത്യസ്തമായിരുന്നു.. ഉണ്ണുമ്പോഴും ഉറങ്ങുമ്പോഴും അച്ഛന്റെകൂടെ തൊടിയിലൂടെ നടക്കുമ്പോഴുമെല്ലാം അച്ഛൻ കഥകളായി എന്റെ കുഞ്ഞുമനസ്സിലേക്ക് ആഴ്ന്നിറങ്ങിയിരുന്നു. അച്ഛൻ പറഞ്ഞുതന്നിരുന്ന കഥകളിൽ നുഴഞ്ഞുകയറി ഓരോ നിറങ്ങളും തൊട്ടറിഞ്ഞ് ഓരോ രുചിയും രുചിച്ചറിയുമ്പോഴൊന്നും ഈ കഥകളെല്ലാം രൂപാന്തരംപ്രാപിച്ച് ഒരിക്കൽ പുറത്ത് വരുമെന്നൊന്നും ഞാൻ തീരെ പ്രതീക്ഷിച്ചതല്ല.

കഥകൾ എന്റെ പുറകെ വരികയായിരുന്നില്ല ഒരിക്കലും. ഞാൻ ഭ്രാന്തമായ പ്രണയത്തോടെ തന്നെ കഥകളുടെ പുറകെ പോവുകയായിരുന്നു. പലപ്പോഴും ചില കഥകൾ അവസാനമില്ലാതെ എന്നെ വല്ലാതെ വലച്ചിട്ടുണ്ട്. ഒട്ടും പരിചിതമല്ലാത്ത കാട്ടുപാതകളിലൂടെ അതിസാഹസികമായി യാത്ര ചെയ്യുന്ന ഒരു സഞ്ചാരിയെപ്പോലെ വഴിതെറ്റി ലക്ഷ്യസ്ഥാനത്തെത്താൻ സാധിക്കാതെ വന്നിട്ടുണ്ട്. ചില ഉൾപ്രേരണകളാൽ എന്നപ്പോലെയോ ഒരു സ്വപ്നത്തിൽ വെളിപ്പെടുന്നതുപോലെയോ ഒക്കെ എന്തോ ഒരു ബോധോദയം വന്ന് പിന്നീട് എപ്പോഴെങ്കിലും യഥാർത്ഥ പാത മനക്കണ്ണിൽ തെളിയുകയും അപ്രതീക്ഷിതമായി കഥകൾ പൂർണ്ണമാവുകയും ചെയ്യാറാണ് പലപ്പോഴും പതിവ്.

കഥയെഴുത്ത് ചില വാശി തീർക്കൽ കൂടിയാണ്. അപമാനിക്കാനും താഴ്ത്തിക്കെട്ടാനും ശ്രമിക്കുന്നവരുടെ മുമ്പിൽ തോൽക്കില്ലെന്നുറപ്പിച്ച് മുന്നേറുമ്പോൾ വേദനിപ്പിച്ചവരും അത്യന്തം ഹ്യുമിലിയേറ്റ് ചെയ്തവരും നാശത്തിന്റെ പാതയിൽ കടന്നുപോവുന്നതും കൺമുന്നിൽ കാണുമ്പോൾ എന്റെ എഴുത്തിന്റെ ആവശ്യകത എനിക്ക് ബോദ്ധ്യപ്പെടാറുണ്ട്. അവഗണനകളും അപമാനവും പുല്ലുപോലെ ചവിട്ടിത്തേച്ച് സ്വന്തം വഴിയിലെ കല്ലും മുള്ളും വെട്ടിത്തെളിച്ച് അത്യന്തം ദുർഘടമായ കാട്ടുപാതയിലൂടെ മുന്നേറുമ്പോൾ കൂടെനിന്ന് കൈപിടിച്ചുയർത്താനും ആത്മവിശ്വാസം തരാനും ധാരാളംപേർ കൂടെയുണ്ട്. അവരോട് തീർത്താൽ തീരാത്ത സഹോദര സ്നേഹവും കടപ്പാടും ഒക്കെയുണ്ട്.

കഥയെഴുത്ത് ഒരു വലിയ ടാസ്ക് തന്നെയാണ്. ചില സ്ഥലങ്ങളിലൂടെ യാത്രചെയ്യുമ്പോൾ, ചില വ്യക്തികളുമായി സംവദിക്കുമ്പോൾ, ചില വസ്തുതകൾ പത്രങ്ങളിലും വാരികകളിലുംകൂടി അറിയുമ്പോഴെല്ലാം മനസ്സിൽ ഉരുത്തിരിയുന്ന അവ്യക്തമായ ആശയങ്ങളാണ് മിക്കപ്പോഴും കഥാരൂപത്തിൽ പുറത്തുവരുന്നത്. ആ ടാസ്കിൽ ഞാനെന്ന കഥാകാരി വിജയിക്കുന്നുണ്ടോ എന്ന് വായനക്കാരാണ് തീരുമാനിക്കേണ്ടത്.

ഒരു കഥ എഴുതിത്തീരുന്നതുവരെ ഉള്ളിലൊരാന്തലാണ്. ഹൃദയവികാരങ്ങൾ ഒട്ടും തീവ്രത ചോരാതെതന്നെ ജീവരക്തം ചിന്തുന്ന പേന

യാൽ പകർത്തുക, മനസ്സിന് തൃപ്തിവരുന്നതു വരെ വെട്ടിയും തിരുത്തിയും എഴുതിയതിനു ശേഷമാണ് അർത്ഥശങ്കയോടെ ഏതെങ്കിലും പ്രസിദ്ധീകരണങ്ങളിലേക്കയക്കുന്നത്. കൂടെനിന്ന് കൈപിടിച്ചുയർത്തി പ്രോത്സാഹനം തന്ന എഴുത്തുകാരും സുഹൃത്തുക്കളും വായനക്കാരും എഡിറ്റർമാരും എല്ലാമുണ്ട്. പരിഹസിച്ചവരും താഴ്ത്തിക്കെട്ടിയവരും അപമാനിച്ചവരും എല്ലാമുണ്ട്. ഇവർക്കിടയിൽ വളരെ അഭിമാനത്തോടെ തന്നെ എന്റെ പ്രിയ വായനക്കാർക്ക് വേണ്ടി ചിന്ത പബ്ലിഷേഴ്സിലൂടെ ഈ കഥകൾ നിങ്ങളുടെ മുന്നിലേക്കെത്തിച്ചു തരികയാണ്. നിങ്ങൾ കീറിമുറിച്ച് ഇഴപരിശോധിച്ച് വിധിയെഴുതുക. ഇനിയീ പുസ്തകം നിങ്ങളുടേതാണ്.

ഈ കഥകൾ വായിച്ച് സമഗ്രമായ ഒരു പഠനം തന്നെ തയ്യാറാക്കിത്തന്ന ശ്രീശങ്കരാചാര്യ സംസ്കൃത സർവ്വകലാശാല അസോസിയേറ്റ് പ്രൊഫസർ ഡോ. കെ ബി ശെൽവമണി സാറിന് ഹൃദയാന്തർഭാഗത്ത് നിന്നുള്ള സ്നേഹവും നന്ദിയും രേഖപ്പെടുത്തുകയാണ്.

എന്റെ പ്രിയ വായനക്കാരേ... നിരൂപകരേ.. ഇനിയീ പുസ്തകത്തെ നിങ്ങൾ തന്നെ വിലയിരുത്തൂ.

സ്നേഹപൂർവ്വം
റീന പി ജി

ഒരു തിരിഞ്ഞുനോട്ടം

ഭയാനകമായ ആ നിമിഷങ്ങൾ ഓർമ്മയുടെ കയത്തിൽ നീന്തിത്തുടിച്ചു. പച്ചപ്പണിഞ്ഞിരുന്ന പറങ്കിമാവിൻ തോപ്പ് തേരട്ടയുടെ ചുണ്ടുകൾ പോലെ കറുത്തിരുണ്ടുതുടങ്ങിയ നേരം. ഏകാന്തതയുടെ ഒരു രാത്രി കൂടി കൂട്ടിനുവരികയാണെന്ന തോന്നൽ. മനസ്സിന്റെ ഉള്ളിൽ പതിവിനു വിപരീതമായി ഒരു പിടച്ചിൽ. അയാൾ എല്ലാം വീണ്ടും ഓർത്തെടുക്കുകയാണ്. ഒരു 'പ്രേത'ത്തിന്റെ രൂപമാണ് ഓർമ്മകളിൽ ഓളമായെത്തുന്നത്. കഴിഞ്ഞ ദിവസം കണ്ട ഒരു തൂങ്ങിമരണത്തിന്റെ ദൃശ്യം മിന്നൽപ്പിണരുപോലെ പാഞ്ഞടുക്കുകയാണ്. അപ്പോഴതാ ഒരു ഇടിമുഴക്കം പോലെ അവളുടെ ശബ്ദവും പിറകിൽനിന്ന്. "ഞായറാഴ്ചയായിട്ടും നിങ്ങൾക്ക് അവധിയില്ലേ... മനുഷ്യാ? ഹും. ഇന്നെങ്കിലും അമ്പലത്തിലൊന്നു പോകണമെന്നു കരുതിയതാണ്. മോൾക്ക് പരീക്ഷ അടുക്കാറായി. ഏത് എരണംകെട്ട നേരത്താ ഒരു പൊലീസുകാരനെ കെട്ടി പണ്ടാറമടങ്ങാൻ തോന്നിയത് ന്റെ മുത്തപ്പാ..." ഭാര്യയുടെ പതിവ് പരാതികൾ അതാ അയാളുടെ സ്വസ്ഥമായ ചിന്തയെ ഉലച്ചുകൊണ്ടിരിക്കുന്നു.

"അച്ഛാ... വാ... മ്മടെ അടവെച്ച കോഴിമുട്ടകൾ വിരിഞ്ഞോന്നു നോക്കാം." ലച്ചുവിന്റെ സ്നേഹത്തോടെയുള്ള വിളിയുമെത്തി. ഇനി എഴുന്നേല്ക്കാതെ രക്ഷയില്ല. പുതപ്പുമാറ്റി മോളെയുംകൊണ്ട് പുറത്തിറങ്ങി. "നോക്കച്ഛാ... ഈ മുല്ല നിറയെ മൊട്ടാണ്. നാളേക്ക് ഇതെല്ലാം വിരിയും. ല്ലേ... തലനിറയെ മുല്ലപ്പൂചൂടി നാളെ ഞാൻ സ്കൂളിൽ പോവും."

"ആവാം മോളേ.." അവളോട് കിന്നാരം പറഞ്ഞുകൊണ്ടുതന്നെ പല്ലുതേപ്പ് കഴിഞ്ഞു.

ദാ... അടുക്കളേന്ന് വിളി വന്നല്ലോ! "അച്ഛനും മോളും ചായേം പലഹാരവും കഴിക്കുന്നെങ്കിൽ വന്ന് കഴിക്ക്. എനിക്ക് വേറെ ജോലിയുണ്ട്."

വേഗം ചെല്ലാം. ഇന്നിത്തിരി ചൂടിലാണ്. ഒരു പൊട്ടിത്തെറിയും പതം പറച്ചിലും കരച്ചിലും എപ്പോ വേണമെങ്കിലും ഉണ്ടാവാം.

കുറേ ദിവസമായി പറയുന്നു അമ്പലത്തിൽ പോവാനുണ്ട്, വഴിപാടുണ്ട് എന്നൊക്കെ. എന്തു ചെയ്യാനാണ്? ആഗ്രഹമില്ലാഞ്ഞിട്ടല്ല.

ജോലി ഇതല്ലേ? പതിനേഴ് വർഷമായില്ലേ ഒരു പൊലീസ് ഉദ്യോഗസ്ഥന്റെ ഭാര്യാപദവിയിൽ. അവളോട് പലപ്പോഴും പറഞ്ഞിട്ടുണ്ട്. രാഷ്ട്രത്തെ സേവിക്കുകയാണെന്ന്. അതിൽ അവളും മക്കളുമൊക്കെ ഭാഗമാണ്. ഒരു പൊലീസുദ്യോഗസ്ഥ കുടുംബമെന്നത് രാജ്യവും ജനങ്ങളുമാണ്. അതുകൊണ്ടുതന്നെ കുടുംബത്തിലെ അംഗങ്ങൾ കുറെ ത്യാഗം സഹിക്കേണ്ടി വരുന്നു. ഇത് ഒരു അനുഗ്രഹമായി കാണണം. പറഞ്ഞിട്ടെന്താ? അവൾക്ക് അതൊന്നും മനസ്സിലാകുകയില്ല. അവൾ പറയുന്നതിലും കാര്യമുണ്ട്. കുടുംബത്തോടും അയാൾക്ക് പ്രതിബദ്ധതയുണ്ടല്ലോ.

പാവം അവളെ പറഞ്ഞിട്ടും കാര്യമില്ല. ഒരുപാട് സന്തോഷങ്ങൾ വേണ്ടെന്നുവച്ചവളാണ്. പ്രണയത്തിന്റെ തോണിയിൽക്കയറി തുഴഞ്ഞ് തുടങ്ങിയതാണ്... വെള്ളത്തിന്റെ ഒഴുക്കിനെതിരെ നീങ്ങി. എതിരിടാൻ വന്ന മത്സ്യങ്ങളോടുപോലും തർക്കിക്കാൻ നിന്നില്ല. കരകാണാൻ കാത്തിരുന്നു. ചെറിയ ഓളങ്ങൾ നിരാശയുടെ നിഴലുകളായി. ജീവിതനൗക ഇപ്പോഴും നടുക്കടലിൽതന്നെ. പങ്കായം തുഴഞ്ഞ് മുന്നോട്ടായുകയാണ്; കര തേടി, പ്രതീക്ഷയുടെ തുരുത്തുതേടിയുള്ള യാത്ര... അച്ഛനെയും അമ്മയെയും ഉപേക്ഷിച്ച് അയാളെ വിശ്വസിച്ച് ഇറങ്ങിപ്പോന്നവളാണ്.

എന്തായാലും പ്രതികരിക്കാതിരിക്കുന്നതാണ് നല്ലത്. ദേഷ്യം വന്നാൽ പിടിച്ചാൽ കിട്ടില്ല. അവളും വിടില്ല. രാവിലെതന്നെ തർക്കം വേണ്ട. ബ്രേക്ക്ഫാസ്റ്റ് കഴിച്ച് കുളിച്ച് പോകാനൊരുങ്ങി.

നല്ല മഴക്കോളുണ്ട്. ബൈക്ക് എടുക്കണ്ട. ബസിൽ പോകാം... ഇറങ്ങാൻനേരം അവളുടെ മുഖം കടന്നൽ കുത്തിയതുപോലെയുണ്ട്. മൈന്റ് ചെയ്തില്ല. ഇറങ്ങി നടന്നു.

സ്റ്റേഷനിൽ എത്തിയപ്പോൾ പാറാവാണ് ഡ്യൂട്ടി. അത് എളുപ്പമുള്ള ജോലിയൊന്നുമല്ല. രണ്ടുമൂന്ന് മണിക്കൂർ ഒരേ നില്പുതന്നെ നില്ക്കണം. ഇടയ്ക്ക് വയർലെസിൽ വരുന്ന സന്ദേശങ്ങൾ എഴുതിയെടുക്കണം. ഡ്യൂട്ടിയിൽ കയറിക്കഴിഞ്ഞാൽ പിന്നെ വീട്ടുകാര്യങ്ങൾ ഒന്നും മനസ്സിൽ വരില്ല. മാവോ ഭീഷണിയുള്ള സ്റ്റേഷനായതുകാരണം ആ കാര്യത്തിലും വിജിലന്റാവണം.

ഒരു സ്ത്രീയും പെൺകുട്ടിയും കയറി വരുന്നു... ഭർത്താവിന്റെ കള്ളുകുടി സഹിക്കാനാവാതെ പരാതിയുമായി വന്നതാണ്. പരാതി എഴുതാൻ സഹായിച്ചു. ഇന്ന് എസ് ഐ വന്നിട്ടില്ല. അവരെ റൈറ്ററുടെ റൂമിലേക്ക് പറഞ്ഞയച്ചു.

അയാളുടെ ഡ്യൂട്ടി സമയം കഴിഞ്ഞു. ഇനി രണ്ട് മണിക്കൂർ റെസ്റ്റാണ്. ഭക്ഷണം കഴിഞ്ഞ് റെസ്റ്റ്റൂമിൽ പോയി ഒന്ന് മയങ്ങിയതേ

യുള്ളൂ. ഫോൺ ബെല്ലടിക്കുന്നു. അച്ഛനാണ്.

"എന്താ അച്ഛാ? ഞാൻ ഡ്യൂട്ടിയിലാണ്."

"ഇന്നാണ് തറവാട്ടിലെ പൂജ എന്ന് ഓർമ്മിപ്പിക്കാൻ വിളിച്ചതാ മോനേ... അവളെയും കുട്ടികളെയും കൂട്ടി നേരത്തെ എത്തില്ലേ?"

ഇന്ന് എന്തായാലും പോകാൻ കഴിയില്ല. എങ്കിലും അച്ഛനെ നിരാശപ്പെടുത്തേണ്ട എന്നുകരുതി മിക്കവാറും വരും എന്നുപറഞ്ഞു. ഇനി എന്തെങ്കിലും അർജന്റ് ഡ്യൂട്ടി വന്നാൽ വരാൻ കഴിയില്ല. അച്ഛൻ തിരിച്ചൊന്നും പറഞ്ഞില്ല. റിട്ടയേർഡ് ജവാനാണ്. ഒരു പൊലീസുകാരന്റെ ഉത്തരവാദിത്വത്തെപ്പറ്റി അച്ഛന് ആരും പറഞ്ഞുകൊടുക്കേണ്ട കാര്യമില്ല. അവളെയൊന്ന് വിളിച്ചാലോയെന്ന് കരുതി. പിന്നെ വിചാരിച്ചു വേണ്ട... വിളിച്ചാൽ വീണ്ടും പരാതിയുടെ ഭാണ്ഡക്കെട്ടഴിക്കും. ഒന്ന് മയങ്ങിയതേയുള്ളൂ. നാല് മണിയായി. അടുത്ത ഊഴത്തിനുള്ള സമയമായി. യൂണിഫോം ധരിച്ച് പാറാവ് നില്ക്കാൻ റെഡിയായി ചെന്നു. എസ് ഐ റൂമിൽ ഉണ്ട്.

അപ്പോഴാണ് ഒരു കാൾ വന്നത്. ഒരു ഗ്രാമപ്രദേശത്തു നിന്നാണ്. ഒരു അജ്ഞാത ജഡം കണ്ടെത്തിയിട്ടുണ്ട്. തൂങ്ങി മരിച്ചതാണ്. ഉടനെ പൊലീസ് അങ്ങോട്ടെത്തണം.

എസ് ഐയും അയാളും ഒരു പൊലീസുകാരനുംകൂടി സംഭവസ്ഥലത്തേക്ക് പുറപ്പെട്ടു. അജ്ഞാത ശവം എവിടെയെങ്കിലും കണ്ടെത്തിയാൽ ഇൻക്വസ്റ്റ് നടത്തി മഹസർ എഴുതാനുള്ള ചുമതല എസ് ഐക്കാണ്. ടൗണിൽനിന്ന് മാറി ഒരു കുന്നിൻപ്രദേശത്താണ് സംഭവം. കുത്തനെയുള്ള റോഡ്

അതുകഴിഞ്ഞ് ഒരു ഇറക്കം. ചുറ്റും പറങ്കിമാവിൻ കാടുകൾ. ടൗണിൽനിന്ന് കുറെദൂരം താണ്ടിയിട്ടുണ്ട്. ഏകദേശം സ്ഥലമെത്താറായി. ഒരു ഓലകൊണ്ടു മറച്ച ചായക്കട കണ്ടു. ചായ കുടിക്കുന്നതിനിടെ കാര്യങ്ങൾ കടക്കാരനോട് ചോദിച്ചു മനസ്സിലാക്കി. മൂന്നുദിവസം മുമ്പേ ഒരു മിസിങ് കേസ് വന്നിരുന്നു. അന്ന് എഫ് ഐ ആർ ഇട്ടതായി ഓർക്കുന്നു. അത് ഇതുതന്നെയാവാനാണ് സാദ്ധ്യത.

"ഇവിടന്നങ്ങോട്ട് ജീപ്പ് പോവില്ല സാറേ... നടന്നു പോകേണ്ടിവരും. നിങ്ങളെ വഴികാണിക്കാൻ എന്റെ മരുമകനെ കൂടെവിടാം. ദിലീപേ.." അയാൾ നീട്ടിവിളിച്ചു.

ദിലീപിന്റെ കൂടെ അവർ നടന്നു. ഒഴിഞ്ഞ പറമ്പുകൾ. കുറെ കുറ്റിക്കാടുകൾ. സമയം ഏകദേശം അഞ്ച് മണിയായിക്കാണും. ഫോൺ റിങ് ചെയ്തു. ഭാര്യയാണ്.

കുറച്ചു തിരക്കിലാണ്. പിന്നെ വിളിക്കാം എന്നുപറഞ്ഞ് ഫോൺ വച്ചു. ഇത്രയൊക്കെ മതി അവളുടെ പിണക്കത്തിന്.

ദിലീപിന്റെ പിറകെ നടന്നു. ഇനി കാണുന്നത് ഒരു പറങ്കിമാവിൻ തോട്ടമാണ്. താഴെ ഒരു വീടുണ്ട്. ഓടിട്ട ചെറിയ വീട്. അതിന്റെ മതിലിനോടുചേർന്നാണ് പറങ്കിമാവിൻ തോട്ടം. അതിലെ ഒരു മരത്തിലാണ്

'പ്രേതം' തൂങ്ങിക്കിടക്കുന്നത്. മൂന്ന് ദിവസമെങ്കിലും പഴക്കം കാണും. താഴെയുള്ള വീട്ടിൽ ആൾത്താമസം ഇല്ലാത്തതുകൊണ്ടാണ് പുറം ലോകമറിയാൻ വൈകിയത്. വല്ലാത്ത ദുർഗ്ഗന്ധം. അടുക്കാൻ വയ്യ. ശരീരത്തിൽ പുഴുവരിക്കുന്നു, മൂക്കുപൊത്തി.

ഇൻക്വസ്റ്റ് നടത്തുകയും മഹസർ എഴുതുകയും എല്ലാം പകൽ വെളിച്ചത്തിലേ പാടുള്ളൂ. അഞ്ച് മണി കഴിഞ്ഞ സ്ഥിതിക്ക് ഇന്ന് സാധിക്കില്ല. രണ്ടുപേർ കാവൽ നില്ക്കണം. രാത്രി മുഴുവൻ... നാളെ ഏഴ് മണിക്ക് ശേഷമേ തുടർനടപടികൾ ഉണ്ടാവുകയുള്ളൂ.

എസ് ഐയെയുംകൊണ്ട് വണ്ടി സ്ഥലംവിട്ടു. അയാളും ദിനേശനും മാത്രം ആ സ്ഥലത്ത് നില്ക്കണം, രാവിലെ വരെ. അപ്പോഴാണ് വീട്ടിലേക്ക് ഇതുവരെ വിളിച്ചില്ലല്ലോ എന്നോർത്തത്. തറവാട്ടിൽ ഇന്ന് പൂജയാണ്. ഫോൺ നോക്കിയപ്പോൾ ലോ ബാറ്ററി. എങ്കിലും ഒന്നു വിളിച്ചേ പറ്റൂ. ലച്ചുവാണ് ഫോണെടുത്തത്. "അച്ഛാ... മ്മടെ കോഴിക്കുഞ്ഞിനെ അടുത്ത വീട്ടിലെ പട്ടി കടിച്ചുകൊന്നച്ഛാ. എനിക്ക് എന്റെ കോഴിക്കുഞ്ഞിനെ വേണം അച്ഛാ..."

"മോൾ ഫോൺ അമ്മേടെ കൈയിൽ കൊടുക്ക്."

"അമ്മേ... ദാ അച്ഛൻ വിളിക്കുന്നു."

"രാഗീ... എനിക്കിന്ന് വരാൻ കഴിയില്ല. നീയും മക്കളും ഒരു ഓട്ടോ പിടിച്ച് തറവാട്ടിൽ പോയ്ക്കൊള്ളൂ. പൂജയ്ക്ക് എത്തിയില്ലെങ്കിൽ അച്ഛന് വിഷമമാവും." വർഷത്തിലൊരു ദിവസം അമ്മേടെ അസ്ഥിത്തറയിൽ നടക്കുന്ന പൂജയും പ്രാർത്ഥനയുമാണ്. അവൾ സമ്മതം മൂളി.

പൊതുജനത്തിന് അറിയാത്ത ഒരുപാട് ത്യാഗങ്ങൾ ഒരു പൊലീസുകാരനും കുടുംബവും അനുഭവിക്കുന്നുണ്ട്. അവനും ഒരു മനുഷ്യനാണെന്നോ മാനുഷികമായ എല്ലാ വികാരവിചാരങ്ങളും ഉണ്ടെന്നോ ഒന്നും ജനം ചിന്തിക്കാറില്ല. അവരുടെ കണ്ണിൽ അയാൾ കൈക്കൂലി വാങ്ങുന്നു, ആളുകളെ തെറി പറയുന്നു... അങ്ങനെ പോകുന്നു ആരോപണങ്ങൾ.

സമയം ഏഴു മണിയായി, അയാളും മറ്റേ പൊലീസുകാരനും ദിലീപും മാത്രം. ഉച്ചയ്ക്ക് ഭക്ഷണം കഴിച്ചതാണ്. പിന്നെ ആ ചായക്കടയിൽനിന്ന് ഒരു കാലിച്ചായ കുടിച്ചതാണ്.

ദിലീപ് പറഞ്ഞു, "ആ കട അടച്ചുകാണും സാറേ.. വേറെ ഹോട്ടലൊന്നും ഇവിടില്ല സാർ."

ഇന്നിനി പട്ടിണിതന്നെ. ചെറുതായി മിന്നൽ ഉണ്ട്.

മഴക്കോളുണ്ടെന്ന് തോന്നുന്നു.

പെയ്യാതിരുന്നാൽ ഭാഗ്യം. പെയ്താൽ ഈ മഴ മുഴുവൻ കൊള്ളേണ്ടിവരും. ശവം തൂങ്ങിക്കിടക്കുന്നിടത്തേക്ക് നോക്കിയില്ല. ദിലീപിന്റെ മുഖത്ത് എന്തോ ഒരു പന്തികേടു പോലെയുണ്ട്. മിന്നലിൽ ശവത്തിന്റെ തുറിച്ച കണ്ണുകളും പുറത്തേക്കുന്തിയ നാക്കും ഭയപ്പെടുത്തുന്നു. കാറ്റിൽ അത് അങ്ങോട്ടുമിങ്ങോട്ടും ആടുന്നുണ്ട്.

“ഭക്ഷണം എന്തെങ്കിലും കിട്ടുമോന്ന് നോക്കട്ടെ സർ. ഇപ്പോൾ വരാം.” ദിലീപ് പോയി.

പത്ത് മണിയായിട്ടും അവനെ ആ വഴിക്ക് കണ്ടില്ല.

അവർ രണ്ടാളും മാത്രം. രണ്ട് പെഗ്ഗ് അകത്തു ചെന്നിരുന്നെങ്കിൽ ഒരു ധൈര്യം വന്നേനെ. ആവശ്യമുള്ളപ്പോൾ സാധനമുണ്ടാവില്ല.

ഉറങ്ങാനും പാടില്ലല്ലോ. പ്രേതം കുറുക്കനോ നരിയോ തിന്നരുത്. കൈയിൽ ഒരു പെൻടോർച്ച് മാത്രമേയുള്ളൂ. ഇരിക്കാൻ ഒരു പാറപോലും ഇല്ല. പറങ്കിമാവിൻകാടാണ്. താഴെയുള്ള വീടിനുസമീപം ഒരു തെങ്ങ് കണ്ടു. അതിന്റെ മൂന്നാലു പട്ടകളെടുത്ത് നിവർത്തിയിട്ടു. ഇരിക്കുകയെങ്കിലും ചെയ്യാമല്ലോ. ദിനേശൻ കിടന്നു. ഉറങ്ങിയോ ആവോ.

വിശപ്പ് വയറിനെ വല്ലാതെ വലച്ചു തുടങ്ങി... ഒരു കുപ്പി വെള്ളം പോലുമില്ല. വല്ലാത്ത ദാഹം.

വീട്ടിലെ കാര്യമോർത്തു. അവൾ കുട്ടികളെയുംകൊണ്ട് പോയോ ആവോ.

അമ്മേ... ഈ മകനോട് ക്ഷമിക്കൂ. അമ്മയുടെ ആത്മാവ് സന്തോഷിക്കുകയേ ഉള്ളൂ. ‘പഠിച്ച് വലിയൊരു പൊലീസുകാരനാകണം ന്റെ കുട്ടി’ എന്ന് അമ്മ പറയാറുണ്ടായിരുന്നു. കണ്ണീർക്കണങ്ങൾ അറിയാതെ അടർന്നുവീണു. പാടില്ല. ഒരു പൊലീസുകാരൻ കരയാൻ പാടില്ല. കഠിനഹൃദയനായിരിക്കണം. പെട്ടെന്ന് ഒരു കുറുക്കന്റെ ഓരിയിടൽ. അതെങ്ങാനും ശവത്തിന്റെ മണംപിടിച്ച് വരുന്നതാണോ, ദിനേശൻ ഉറങ്ങിയോ ആവോ, ഉണ്ടാവില്ല. ശവമുള്ള ഭാഗത്തേക്ക് നോക്കിയില്ല. എങ്ങനെയൊക്കെയോ നേരം പുലർത്തി.

താഴെയുള്ള വീടിനു സമീപം ഒരു കിണർ കണ്ടു. ഉപയോഗമില്ലാത്തതു കാരണം തൊട്ടി തുരുമ്പിച്ചിരിക്കുന്നു. കയർ നുരുമ്പിയിട്ടും ഉണ്ട്. വെള്ളംകോരി പ്രാഥമിക കൃത്യങ്ങൾ നിർവ്വഹിച്ചു. രാവിലെയും ഭക്ഷണം കിട്ടുന്ന മട്ടൊന്നുമില്ല.

രാത്രി ഭക്ഷണം കൊണ്ടുവരാൻ പോയ ദിലീപ് തിരിച്ചുവന്നത് ഇപ്പോഴാണ്. “എനിക്ക് പേടിയായിട്ട് പോയതാ സാറേ.. ഇന്നലെ രാത്രി ഞാൻ ഉറങ്ങിയിട്ടില്ല. കണ്ണടച്ചാൽ ആ ശവം തൂങ്ങിക്കിടക്കുന്നതാണ് കാണുന്നത്.”

“ഞങ്ങളും ഉറങ്ങിയിട്ടില്ല ദിലീപേ... പൊലീസുകാർക്ക് ഉറക്കത്തിന് പ്രാധാന്യമില്ലല്ലോ.”

അകലെനിന്ന് പൊലീസ് ജീപ്പ് വളവുതിരിഞ്ഞ് വരുന്നതു കണ്ടു. എസ് ഐയും രണ്ട് പൊലീസുകാരും വിരലടയാള വിദഗ്ദ്ധരുമുണ്ട്. എസ് ഐ ഇൻക്വസ്റ്റ് നടത്താനും മഹസർ എഴുതാനുമുള്ള തയ്യാറെടുപ്പുകൾ ആരംഭിച്ചു. ഇങ്ങനെയുള്ള സന്ദർഭങ്ങളിൽ കൃത്യസ്ഥലത്തുള്ള വസ്തുക്കളുടെ പൂർണ്ണവിവരം രേഖപ്പെടുത്തിയതിനുശേഷം മാത്രമേ അവ ആ സ്ഥലത്തുനിന്ന് നീക്കംചെയ്യാവൂ. ഓരോ സാധനവും ഇരിക്കുന്ന സ്ഥലം, ശവത്തിന്റെ സ്ഥാനം, സംഭവസ്ഥലത്ത് കാണപ്പെടുന്ന വസ്ത്രങ്ങൾ,

ചോരപ്പാടുകൾ, ആയുധങ്ങൾ മുതലായവ തിട്ടപ്പെടുത്തുകയും ഫിംഗർ പ്രിന്റ്, ഫൂട്ട് പ്രിന്റ് എന്നിവ പരിശോധിക്കയും വേണം. ശവം, ആയുധം ഇവ കിടക്കുന്ന സ്ഥലത്തിന്റെ ഫോട്ടോ ഡിപ്പാർട്ട്മെന്റ് ഫോട്ടോഗ്രാഫറെക്കൊണ്ട് എടുപ്പിക്കണം. വിരലടയാള വിദഗ്ദ്ധർ വന്ന് പരിശോധിച്ചതിനുശേഷം മാത്രമേ അവ തൊടുകയോ കൈയിലെടുക്കുകയോ ചെയ്യാൻ പാടുള്ളൂ.

ഇനി പ്രേതം താഴെയിറക്കണം. മരിച്ചയാളുടെ ചില ബന്ധുക്കളും നാട്ടുകാരും തടിച്ചുകൂടിയിട്ടുണ്ട്. ദുർഗ്ഗന്ധം കാരണം ആരും അടുക്കുന്നില്ല. ഒടുവിൽ എങ്ങനെയോ താഴെയിറക്കി. ഇൻക്വസ്റ്റ് ചെയ്യുമ്പോൾ ഒരുപാട് കാര്യങ്ങൾ ശ്രദ്ധിക്കണം. വായിൽനിന്ന് ഉമിനീർ ഒഴുകിയിട്ടുണ്ടെങ്കിൽ അത് ഏത് ദിശയിലേക്കാണ് ഒഴുകിയത് എന്ന് ശ്രദ്ധിക്കണം. കഴുത്തിലെ കെട്ട് മുറുകിയതിന്റെ പാട്, തൂങ്ങിയ മരക്കൊമ്പ് കെട്ടാൻ ഉപയോഗിച്ച തുണി, ചാടാൻ സ്വീകരിച്ച മാർഗ്ഗം ഇതൊക്കെ നോക്കണം. സ്വയം കെട്ടിത്തൂങ്ങിയതാണെങ്കിൽ അതിനുപയോഗിച്ച തുണി, കയർ എന്നിവയുടെ നാരുകൾ കൈവെള്ളയിലും വിരലുകൾക്കിടയിലും പറ്റിപ്പിടിച്ചിരിക്കും. അവ ഒരു സെല്ലോ പൈൻടേപ്പെടുത്ത് കൈവെള്ളയിലും വിരലിനകവശത്തും പതിച്ചെടുത്ത് അകത്തേക്ക് മടക്കി സുതാര്യമായ ഒരു കവറിലിടണം. തൂങ്ങാനുപയോഗിച്ച കയർ, തുണി എന്നിവയുടെ അഗ്രഭാഗത്തുനിന്ന് കുറച്ച് മുറിച്ചെടുത്ത് അതും ഒരു കവറിലിടണം. രണ്ട് കവറുകളും പഞ്ചായത്തിന്റെ സാന്നിദ്ധ്യത്തിൽ ഒട്ടിച്ച് ക്രൈം നമ്പർ, പൊലീസ് സ്റ്റേഷൻ നമ്പർ മുതലായവ എഴുതിയ താലിയിൽ അന്വേഷണോദ്യോഗസ്ഥനും പഞ്ചായത്ത് അധികൃതരും ഒപ്പിട്ടതിനുശേഷം കവറുകളിൽ തയ്ച്ചുപിടിപ്പിച്ച് അരക്കുവച്ച് സീൽ ചെയ്യണം. പ്രേതത്തിന്റെ രഹസ്യഭാഗങ്ങളും പരിശോധിക്കണം. സ്ത്രീകളാണ് തൂങ്ങിയതെങ്കിൽ അവർക്ക് മാസമുറയാണോ എന്നു പരിശോധിക്കണം. കാരണം മാസമുറ സമയത്ത് ശരീരത്തിലുള്ള ചില ഹോർമോണുകൾ കാരണം ആത്മഹത്യചെയ്യാനുള്ള പ്രേരണ ഉണ്ടാകുമത്രെ! സ്ത്രീകൾ ആത്മഹത്യചെയ്യുന്ന സമയത്ത് നന്നായി അണിഞ്ഞൊരുങ്ങുന്നതായും നഗ്നത മറയ്ക്കുന്നതായും കാണാം. ഇൻക്വസ്റ്റ് സമയത്ത് ഇതെല്ലാം പ്രത്യേകം ശ്രദ്ധിക്കും.

ഇൻക്വസ്റ്റ് പൂർത്തിയാക്കി ബോഡി പോസ്റ്റ്മോർട്ടത്തിന് കൊണ്ടുപോകാൻ സജ്ജമാക്കി. എല്ലാ ക്രമീകരണങ്ങളും പൂർത്തിയാക്കി. വണ്ടിയിൽ കയറിയിരുന്നു. തലേദിവസം രാവിലെ കുളിച്ചതാണ്. ശരീരമാകെ ഒരു പുകച്ചിൽ ഒരു ബക്കറ്റ് വെള്ളമെങ്കിലും തലയിൽ കമിഴ്ത്താൻ തോന്നുന്നു. വണ്ടി നേരെ ഹോസ്പിറ്റലിലേക്ക് പോയി. ഹോസ്പിറ്റൽ ഡ്യൂട്ടിക്ക് വേറെ പൊലീസുകാരുണ്ട്.

അയാൾ സ്റ്റേഷനിലെത്തി റെസ്റ്റ്റൂമിൽ കയറി യൂണിഫോം മാറ്റി നാറിയിട്ട് വയ്യ. സിവിൽഡ്രസ് എടുത്തിട്ടു. കുളിയെല്ലാം ഇനി വീട്ടിലെത്തിയിട്ട്. ഭാര്യയും മക്കളും തിരിച്ചെത്തിയിട്ടുണ്ടാവും. പിന്നെ വിളിക്കാൻ പറ്റിയില്ല.

ബസിന്റെ സൈഡ്സീറ്റ് തന്നെ കിട്ടി. ഇളംകാറ്റ് തലയിലൂടെ കുളിര് കോരി. അറിയാതെ കണ്ണുകളടഞ്ഞു.

ചുവപ്പും മഞ്ഞയും വെള്ളയും നിറങ്ങളിലുള്ള റോസാപ്പൂക്കൾ. അവയ്ക്കിടയിൽ ലച്ചു. കോഴിക്കുഞ്ഞുങ്ങളും നായ്ക്കുട്ടിയും അവളുടെ കൂടെയുണ്ട്. “അച്ഛാ എനിക്ക് വർത്തമാനം പറയുന്ന തത്തയെ കൊണ്ടുവന്നു തരുമോ?”

പെട്ടെന്ന് ഞെട്ടിയുണർന്നു. ഇറങ്ങാനുള്ള സ്ഥലമായി. ഇറങ്ങിയപ്പോഴേക്കും മഴ ചാറിത്തുടങ്ങി. ശക്തി കൂടുകയാണ്. മഴയുടെ നനവ് ശരീരത്തിൽ പടർന്നുകയറി. ആ കുളിരിൽ എല്ലാ ക്ഷീണവും അലിഞ്ഞില്ലാതെയായി. വീടെത്താനുള്ള ആവേശത്തിൽ നടത്തത്തിന് ധൃതികൂടി. അതറിഞ്ഞെന്നവണ്ണം മഴയും ഇത്തിരി വേഗതകൂട്ടി. അവയുടെ താളത്തിൽ മുന്നോട്ടാഞ്ഞു. മഴയുടെ സൗന്ദര്യത്തിൽ മനസ്സലിഞ്ഞു.

ദാഹം

ഇരുൾ പരന്നിട്ടുണ്ട്. അയാൾ അപ്പോഴും നടക്കുകയായിരുന്നു. കുണ്ടുംകുഴിയുമുള്ള ടാറിടാത്ത റോഡിന് ഇരുവശവും ചെറിയ വീടുകൾ കാണാം. ഓരോ ഉമ്മറത്തിണ്ണയിലും മുനിഞ്ഞ് കത്തുന്ന മണ്ണെണ്ണ വിളക്കുകൾ. ചീവീടുകളുടെ ചെവി തുളയ്ക്കുന്ന ശബ്ദം. തവളകൾ ഒച്ച വെച്ച് കരയുന്നു. അടുത്ത് വല്ല പൊട്ടക്കുളമോ പുഴയോ കാണും. അയാൾ രാവിലെ മുതൽ നടക്കുകയാണ്. നടത്തത്തിന്റെ വേഗതകൊണ്ടോ ചെരുപ്പിന്റെ പ്രായംകൊണ്ടോ ആണെന്നറിയില്ല വള്ളി പൊട്ടിപ്പോയ ചെരുപ്പ് കാലിൽനിന്ന് ഊരി തിരിച്ചുംമറിച്ചും നോക്കി, അതിലിനിയും ഒരു റിപ്പയർ സാദ്ധ്യമല്ല എന്നു തോന്നിയതിനാലാവാം രണ്ട് ചെരുപ്പും ഊരിയെടുത്ത് അടുത്തുള്ള പറങ്കിമാവിൻ തോപ്പിലേക്ക് വലിച്ചെറിഞ്ഞു. ഇതുവരെ ഒരു വക കഴിച്ചിട്ടില്ല. വിശന്ന് പ്രാണൻ പോവുന്നതുപോലെ. വല്ലാതെ ദാഹിച്ചപ്പോൾ ഒരു അരിച്ചാലിൽനിന്ന് ഒരു കവിൾ വെള്ളം കോരിക്കുടിച്ചു. കുറച്ചുകഴിഞ്ഞ് പിന്തിരിഞ്ഞ് നോക്കിയപ്പോൾ ഒരു പട്ടി ആ അരിച്ചാലിൽ മൂത്രമൊഴിക്കുന്നത് കണ്ടു. അയാൾക്ക് ഓക്കാനം വന്നു.

ഓരോ വീടിന്റെയും അടുക്കളപ്പുറത്ത് പെണ്ണുങ്ങൾ അരിയിടിക്കുന്നതിന്റെയും അലക്കുന്നതിന്റെയും ശബ്ദങ്ങൾ കേൾക്കാം. രാവിലേക്കുള്ള പ്രാതലിനുള്ള ഒരുക്കങ്ങളാവാം. അവരൊന്നും വലിയ പണക്കാരാണെന്നൊന്നും തോന്നിയില്ല. കൂലിപ്പണിക്കാരാണെങ്കിലും അന്നന്നത്തെ അന്നത്തിന്റെ കാര്യത്തിൽ അവരൊന്നും ബുദ്ധിമുട്ടില്ലാത്തവരാണെന്ന് തോന്നി. അയാൾ തെല്ലിട ശങ്കിച്ചുനിന്നു. അന്വേഷിച്ചുവരുന്ന വീട് ഇതു തന്നെയാവുമോ? പതിനാല് കൊല്ലംകൊണ്ട് ഈ ഗ്രാമത്തിന് ചെറിയ

മാറ്റങ്ങളൊക്കെ വന്നിട്ടുണ്ട്. ഈ ചെക്കനൊരു തെണ്ടേ്യക്കൊല*യാണ്. ഒന്നിനും കൊള്ളില്ല. അമ്മാമന്റെ ശബ്ദം ഇപ്പോഴും ചെവിയിൽ മുഴങ്ങുന്നു.

നന്നായി ഇരുട്ടി. ഇനി ഒരടി മുന്നോട്ട് നടക്കാനാവാതെ നിന്നു. വിശപ്പും ദാഹവും അയാളെ വല്ലാതെ തളർത്തിയിരിക്കുന്നു. അടുത്തു കണ്ട ചെറിയൊരു വീട്ടിലേക്ക് അയാൾ പേടിയോടെ നടന്നുകേറി. ഉമ്മറത്ത് മുനിഞ്ഞ് കത്തുന്ന മണ്ണെണ്ണ വിളക്കിൻ വെളിച്ചത്തിൽ രണ്ട് ആൺകുട്ടികൾ വായിച്ചുകൊണ്ടിരിക്കുന്നുണ്ട്. നല്ല കറുത്ത നിറം. അരയിൽ കെട്ടിയ ചരട് നരച്ചുപോയിരിക്കുന്നു. ഒരുത്തന്റെ കീറിയ ട്രൗസറിനുള്ളിലൂടെ അവന്റെ ചുക്കാമണി പുറത്തു കാണുന്നുണ്ട്. പെട്ടെന്ന് അയാളെ കണ്ട ജാള്യത്തിൽ അവൻ കൈകൊണ്ട് മറച്ചുപിടിച്ച് അകത്തേക്ക് നോക്കി വിളിച്ചുപറഞ്ഞു. “അമ്മേ... ഒരാൾ.”

അകത്തുനിന്ന് നിറം മങ്ങിയ ബ്ലൗസും മുഷിഞ്ഞ മുണ്ടും ധരിച്ച് തോളും മാറും ഒരുതോർത്തുകൊണ്ട് മറച്ച ഒരു സ്ത്രീ പുറത്തേക്ക് വന്നു.

“ആരാ?” അവൾ ചോദിച്ചു.

“ഞാൻ കുറേ ദൂരെനിന്നാണ്. ഒരാളെ അന്വേഷിച്ചു നടക്കാണ്. നേരം വല്ലാണ്ട് ഇരുട്ടി. ഇന്നിനി യാത്ര ചെയ്യാൻ പറ്റുമെന്ന് തോന്നുന്നില്ല. എന്തെങ്കിലും കഴിക്കാനുണ്ടോ? രാത്രി ഈ തിണ്ണയിൽക്കിടന്ന് രാവിലെ എണീറ്റ് പോയ്ക്കൊള്ളാം.”

താൻ ജയിലിൽനിന്ന് ശിക്ഷ കഴിഞ്ഞ് വരികയാണെന്നും വെട്ടുകല്ലുകൊണ്ട് താൻ തലവെട്ടിപ്പൊളിച്ച് കൊന്ന അമ്മാവന്റെ മകളെയും മകനെയും അമ്മായിയെയും അമ്മയെയും അന്വേഷിച്ച് വന്നതാണെന്നൊന്നും അയാൾ പറഞ്ഞില്ല.

അവൾ അയാളെ ഒന്ന് സൂക്ഷിച്ചുനോക്കി. ഒന്നും പറയാതെ അകത്തേക്ക് പോയി. അല്പസമയം കഴിഞ്ഞ് ഒരു ലോട്ട നിറയെ ഉപ്പിട്ട ചൂടു കഞ്ഞിവെള്ളം കൊണ്ടുവന്ന് ഉമ്മറത്ത് വെച്ചു.

“ഇത് കുടിക്കിൻ. ചോറിന് കൂട്ടാൻ ആവുന്നതേയുള്ളൂ.”

അയാൾ കഞ്ഞി വെള്ളമെടുത്ത് ഒറ്റവലിക്ക് കുടിച്ചു. ഉപ്പിട്ട കഞ്ഞി വെള്ളത്തിനെന്തുരുചിയാണ്. അത് വായിൽനിന്ന് അന്നനാളത്തിലൂടെ ആമാശയത്തിൽ എത്തിയപ്പോൾത്തന്നെ അയാൾ ഒന്നുണർന്നു. ശരീരത്തിന് ബലം വെച്ചു.

അയാൾ പതിയെ പുറത്തിറങ്ങി. വീടിന്റെ പിന്നാമ്പുറത്ത് ഒരു തോടുണ്ട്. നല്ല തെളിഞ്ഞ ശുദ്ധമായ വെള്ളം. ഇട്ടിരുന്ന ഷർട്ടും മുണ്ടും

---

* (തെണ്ടേ്യക്കൊല-ദണ്ഡികക്കുല എന്ന പദത്തിന്റെ ഗ്രാമഭാഷ. ഒന്നിനും കൊള്ളാത്തവൻ എന്നർത്ഥം. അമ്മായിയപ്പൻ മരിച്ചാൽ മരണാനന്തര ചടങ്ങുകൾക്കുവേണ്ടി ദരിദ്രവാസിയായ മരുമകൻ കൊണ്ടുവരുന്ന വാഴക്കുല. ദണ്ഡിക ഒരു ദണ്ഡാണ്. ആ ദണ്ഡിന്റെ ഇരുവശത്തും വാഴക്കുല കൊളുത്തിയിട്ട് തോളിൽവെച്ചാണ് കൊണ്ടുവരുക.)

ഊരി തോട്ടിലെ വെള്ളത്തിൽ നന്നായി കഴുകി പിഴിഞ്ഞെടുത്തു. ദേഹ ശുദ്ധി വരുത്തി. നല്ല തണുത്ത വെള്ളത്തിൽ കുളിച്ചപ്പോൾത്തന്നെ ശരീരത്തിന് ഒരു ഉന്മേഷം വന്നു. പിഴിഞ്ഞിട്ട ഷർട്ടും മുണ്ടും നന്നായി കുടഞ്ഞ് എടുത്ത് ധരിച്ചു തിരിച്ചെത്തിയപ്പോൾ വാതിൽ അടച്ചിരിക്കുന്നു. ഉമ്മറത്തിണ്ണയിൽ ഒരു പിഞ്ഞാണത്തിൽ നിറയെ വെളുത്ത അരിയുടെ ചോറും മറ്റൊരു ചെറിയ കുണ്ടൻ പിഞ്ഞാണത്തിൽ അയില മുളകിട്ട കറിയും അടുത്തുതന്നെ ഒരു ലോട്ട പച്ചവെള്ളവും അടച്ചുവെച്ചിരിക്കുന്നു. അയാൾ ആർത്തിയോടെ ഭക്ഷണംമുഴുവൻ കഴിച്ചു. വെള്ളം കുടിച്ച് ബാക്കിവന്ന വെള്ളത്താൽ കൈയും വായും കഴുകി. തൊട്ടടുത്ത് ഒരു പുൽപ്പായ ചുമരിൽ ചാരിവെച്ചതുകണ്ടു. അത് തിണ്ണയിലിട്ട് നിവർത്തിയിട്ട് അയാൾ നീണ്ടു നിവർന്ന് കിടന്നു.

ആകാശം നിറയെ നക്ഷത്രങ്ങൾ. താൻ എവിടെയോ കിടക്കുകയാണ്. യഥാർത്ഥത്തിൽ താൻ ആരാണ്? എവിടെ കിടന്നാലെന്ത്?

പതിനാല് വർഷം മുന്നെ സംഭവിച്ചതിന് ആരാണ് ഉത്തരവാദി?

അമ്മാവന്റെ മൂത്ത മകൾ ഗോമതിയുടെ മുഖം തെളിഞ്ഞുവന്നു. അയാളുടെ സ്വപ്നമായിരുന്നു അവൾ. അവളെ വിരൽകൊണ്ടു പോലും ഒന്ന് തൊടാതെയാണ് ആരാധിച്ചിരുന്നത്. സ്നേഹത്താൽ സ്വയം പൂത്തു തളിർത്ത കാലം. ഒരു ഭാഷയുമില്ലാതെ ഇഷ്ടത്തിന് നിർവ്വചനം കണ്ടെത്തിയ എത്രയെത്ര നിമിഷങ്ങൾ... പഴുത്തനാടൻ മാങ്ങയ്ക്കും ചുട്ട അണ്ടിപ്പരിപ്പിനും വേണ്ടി അവളെന്നും തന്റെ പുറകെ നടക്കുമായിരുന്നു. അമ്മാവനാണെങ്കിൽ ഒരു ഉപകാരവുമില്ലാത്ത തെണ്ടേ്യക്കൊലയെയാണല്ലോ നീ പെറ്റിട്ടത് എന്നു പറഞ്ഞ് അമ്മയെ എപ്പോഴും ചീത്ത പറയുമായിരുന്നു. അമ്മ പണിയെടുക്കുന്ന കാശും അമ്മാവന്റെ കൈയിലാണ് കൊടുത്തിരുന്നത്. അയാൾക്ക് ഗോമതിയെപ്പോലെ സ്കൂളിൽപോവാൻ ആഗ്രഹമില്ലാഞ്ഞല്ലാ, അമ്മാവന്റെ മൂരിക്കുട്ടന്മാരെ നോക്കലും തൊഴുത്തിലെ പശുക്കൾക്ക് പുല്ലുപറിക്കലും ഒക്കെയായി. പിന്നെ പഠിക്കാനെവിടെ നേരം. പറങ്കിയണ്ടി പെറുക്കുന്ന കാലത്ത് രാവിലെ തുടങ്ങിയാൽ വൈകുന്നേരമേ തീരുകയുള്ളൂ.

ഗോമതി നല്ല ചീട്ടിത്തുണിയുടെ പാവാടയും പുള്ളി ബ്ലൗസുമിട്ട് മുടി രണ്ടുവശവും മെടഞ്ഞിട്ട് സ്കൂളിൽ പോവുന്നതു കാണാൻ നല്ല ചേലായിരുന്നു.

അവൾ തിരണ്ടതിൽ പിന്നെയാണ് അയാളിൽനിന്ന് കുറച്ചകലം പാലിച്ചത്. അയാളെ കാണുമ്പോൾ അവളുടെ കണ്ണുകളിൽ നാണം പൂക്കുന്നത് കണ്ടിട്ടുണ്ട്. അരികിലൂടെ നടന്നുപോകുമ്പോൾ ഉള്ളിൽ ഒരു വസന്തം വിരിഞ്ഞുവരും. വിരലുകളിൽ വിയർപ്പു പൊടിയും. അവളെ ഇഷ്ടത്തിന്റെ തടവറയിൽ മനോഹരമായി സൂക്ഷിച്ചു.

ആയുസ്സില്ലാത്ത ആ ഇഷ്ടം പൊലിഞ്ഞുപോയത് പെട്ടെന്നായിരുന്നു. ഗോമതി ഗർഭിണിയാണെന്നും കാരണക്കാരൻ താനാണെന്ന് ഗോമതി പറഞ്ഞെന്നുംപറഞ്ഞ് അമ്മാവൻ തന്നെ തലങ്ങും വിലങ്ങും

മൂരികളെ തല്ലുന്ന ചാട്ടകൊണ്ട് അടിച്ചപ്പോൾ സ്വയരക്ഷയ്ക്കാണ് അടുത്തുള്ള വെട്ടുകല്ലുകൊണ്ട് അമ്മാവന്റെ തലയ്ക്കടിച്ചത്. ചോര വാർന്നൊലിച്ച് അമ്മാവന്റെ മരണവും തന്നെ പൊലീസ് അറസ്റ്റുചെയ്തതും എല്ലാം കഴിഞ്ഞ് ഇപ്പോൾ ശിക്ഷയനുഭവിച്ചു തീർത്ത താനിതാ എവിടെയോ കിടക്കുന്നു.

ജയിലിൽ കിടക്കുമ്പോൾ പലതവണ ആലോചിച്ചു. ആരായിരുന്നു ആ ഗർഭത്തിന്റെ ഉടമസ്ഥൻ? എന്നെയവൾ ഇരയാക്കിയതെന്തിന്? ജയിലിലെ പല രാത്രികളിലും ആ ചോദ്യം ആവർത്തിച്ചാവർത്തിച്ച് ചോദിച്ച് സ്വയം ഒരു ജയിലാവുകയായിരുന്നു.

ഒരു പകൽ മുഴുവൻ നടന്നതിന്റെ ക്ഷീണംകൊണ്ടാവാം എപ്പോഴോ അയാൾ ഉറങ്ങിപ്പോയി. ജയിലിൽനിന്ന് ഇറങ്ങിയപ്പോൾ എന്താണ് ചെയ്യേണ്ടത്? എങ്ങോട്ടാണ് പോവേണ്ടത്? എന്നൊന്നും അയാൾക്ക് ഒരു രൂപവും ഉണ്ടായിരുന്നില്ല.

വേരുകൾ തിരഞ്ഞല്ലാതെ ഒരു മനുഷ്യൻ എങ്ങോട്ടു പോവാനാണ്? ഭൂതകാലം എല്ലാവർക്കും മധുരവും നോവും സമ്മാനിക്കുമല്ലോ.... രണ്ടും മനസ്സിനെ മഥിച്ചുകൊണ്ടിരിക്കും... യഥാർത്ഥത്തിൽ താൻ മരിച്ചു ജീവിച്ചതല്ലേ? ഒരു മനുഷ്യൻ ജനിക്കുന്നത് ശ്വസിച്ചുകൊണ്ടും മരിക്കുന്നത് ഉച്ഛ്വസിച്ചുകൊണ്ടുമാണ്. ഓരോ ഉച്ഛ്വാസ വായുവിനൊപ്പവും നാം മരിക്കുന്നു.

കാൽവിരലുകളിൽ ആരോ തൊടുന്നതുപോലെ. വലിയ മിനുസമില്ലാത്ത ഒരു കൈത്തലം. പാദങ്ങൾ കണ്ണുനീരിൽ കുതിർന്നു. ആ കൈകൾ പതുക്കെ കാൽ മുതൽ ഇഴഞ്ഞ് നെഞ്ചിലൂടെ കവിളിൽ എത്തി. രണ്ടു കൈകൊണ്ടും കവിൾ കൂട്ടിപ്പിടിച്ച് ആ ചുണ്ടുകൾ തന്റെ ചുണ്ടിൽ... ചെവിയിൽ... കൈകൾ നെഞ്ചിലിഴയുന്നു. ആ ശ്വാസവേഗം താൻ അറിയുന്നു. ആ ഗന്ധം ഗോമതിയുടെതാണ്. സംവത്സരങ്ങൾക്കപ്പുറത്ത് നിന്നാണ് ഒരു വൈക്കോൽക്കൂനയുടെ മറവിൽവെച്ച് ആദ്യമായി അവളെ ആലിംഗനം ചെയ്യാൻ ശ്രമിച്ചത്. “ഈ ഗോപാലേട്ടനിതെന്താ? എന്റെ ദേഹത്തപ്പിടി വിയർപ്പാ.”

നിന്റെ വിയർപ്പുമണം എനിക്കിഷ്ടമാടീ. അവൾ കൈവിടുവിച്ച് കുതറിയോടി. ആ ഗന്ധമാണ് ഇപ്പോൾ തൊട്ടടുത്ത്. അറിയാതെ ശരീരം ഉണർന്നു. അവളും അത് ആഗ്രഹിച്ചിരിക്കണം. പാലപ്പൂവിന്റെ മദിപ്പിക്കുന്ന ഗന്ധം. വിയർപ്പിന്റെയും മുടിയിലെ വാസന സോപ്പിന്റെയും ഗന്ധം മത്തുപിടിപ്പിക്കുന്നു. അറിയാതെ രണ്ടുടലുകൾ നിലാവിൽ കെട്ടുപിണഞ്ഞ് വിഷപ്പല്ലുകൾ ഒളിപ്പിച്ച് കരിനാഗങ്ങളെപ്പോൽ ഒന്നായി. ഒടുവിൽ കിതച്ച് തളർന്നുറങ്ങിപ്പോയി.

രാവിലെ കിഴക്ക് വെള്ള കീറിയപ്പോഴാണ് ഉണർന്നത്. അവൾ കിണറ്റിൻകരയിൽ പാത്രം കഴുകുകയാണ്. തിണ്ണയിൽ ഒരു ഗ്ലാസ് കട്ടൻചായ വെച്ചിരിക്കുന്നു. അവൾ ഒന്ന് നോക്കുന്നതുപോലുമില്ല. അപ്പോൾ തലേന്ന് രാത്രി നടന്നത് സ്വപ്നമായിരുന്നുവോ? അതോ അവൾ അഭിനയിക്ക

യാണോ? കട്ടനെടുത്ത് കുടിച്ച് പാത്രം തിരികെവെച്ചു. അവൾ പാത്രം ഉരച്ച് വെളുപ്പിക്കുന്ന തിരക്കിലാണ്. ആരോടോ വാശി തീർക്കുന്നതുപോലെ. കുട്ടികൾ കലപില കൂട്ടുന്നു.

ഒന്നും പറയാതെ വീണ്ടും വിങ്ങുന്ന ഹൃദയത്തോടെ ഇറങ്ങി നടന്നു. ഒരുപക്ഷേ, ക്ഷീണിച്ചുറങ്ങിയപ്പോൾ താൻ കണ്ട സ്വപ്നമായിരുന്നിരിക്കാമത്. സ്വപ്നത്തിൽ അവളെന്നുള്ള തോന്നലിൽ ചുട്ടുപഴുത്ത അഗ്നിപർവ്വതം പൊട്ടിത്തെറിച്ചിരിക്കുന്നു. സ്നേഹത്തിന്റെ ലാവയാൽ അവളും ഞാനും ഒന്നായിരിക്കുന്നു. ഭൂമി ഉരുണ്ടതാണെന്ന് നാം പറയും. പക്ഷേ, എങ്ങോട്ടും പോവാനില്ലാത്തവർക്ക് ഭൂമി പരന്നിട്ടു തന്നെയാണ്. ചുട്ടുപഴുത്ത മണലാണ് ചുറ്റും. അകവും പുറവും ഒരുപോലെ വേവുന്നു. ഇനിയെന്തു വേണം?!

മുന്നിൽ നിരവധി വഴികൾ. എവിടേക്ക് പോവണമെന്ന് യാതൊരു ഊഹവുമില്ല. വെയിൽ കനത്തുവരുന്നു. ജീവിതം നടന്നു തീർക്കാനുള്ള ഒന്നാണെന്ന വിശ്വാസവും പേറി അയാൾ അജ്ഞാതമായ ദേശങ്ങൾ തേടി അലയാൻ ആരംഭിച്ചു. ഓരോ മനുഷ്യനും ഒറ്റയ്ക്കാണെന്ന ഭാരമേറിയ തിരിച്ചറിവുമായി...

വെയിൽപൂക്കൾ

വർഷങ്ങൾക്കുശേഷമാണ് ഈ വഴിയിലൂടെയുള്ള യാത്ര. മനഃപൂർവ്വം കാർ എടുത്തില്ല. ബസിന്റെ സൈഡ്സീറ്റിൽ ഇരുന്ന് പുറകോട്ട് മറയുന്ന കാഴ്ചകൾക്കിടയിലൂടെ വർഷങ്ങൾ പുറകോട്ട് സഞ്ചരിക്കാനുള്ള കൊതി. രാവിലെ രണ്ട് ഇഡ്ഡലിയും ഒരു ഗ്ലാസ് പാലും നിർബ്ബന്ധിച്ച് കഴിപ്പിച്ചാണ് ഭാര്യ യാത്രയാക്കിയത്.

വളഞ്ഞു പുളഞ്ഞ റോഡ്. കുത്തനെയുള്ള കയറ്റവും ഇറക്കവും. വണ്ടിപ്പാളയമാണ് ഇറങ്ങേണ്ട സ്ഥലം. ട്രെയിനിങ് കഴിഞ്ഞ് ആദ്യം പോസ്റ്റിങ് കിട്ടിയത് ഈ സ്ഥലത്തായിരുന്നു. ഇരുപത്തിയാറ് വർഷം മുമ്പേ ഒരു എൽ പി സ്കൂളിൽ. കുറച്ച് കുട്ടികളും അദ്ധ്യാപകരും മാത്രം. എല്ലാ കുട്ടികളും പാവപ്പെട്ട തൊഴിലാളികളുടെ മക്കളായിരുന്നു. അതുകൊണ്ടുതന്നെ ഉച്ചഭക്ഷണമൊന്നും പലർക്കും ഇല്ലായിരുന്നുവെന്ന് തോന്നുന്നു. എങ്കിലും എന്തൊരു ഉശിരായിരുന്നു ആ കുട്ടികൾക്ക്.

വണ്ടൻമേട്... വണ്ടൻമേട്... ക്ലീനർ ഉറക്കെ വിളിച്ച് പറയുന്നു. പെട്ടെന്ന് ഓർമ്മകളിൽനിന്നുണർന്നു. നല്ല മഴയുണ്ട്. വണ്ടിപ്പാളയത്തിനടുത്തുള്ള ഒരു സ്കൂളിലേക്കാണ് ഉദ്ഘാടനത്തിന് പോവേണ്ടത്. ഒരു എഴുത്തുകാരന് ഓരോ യാത്രകളും പ്രിയപ്പെട്ടതാണ്. എഴുതാനുള്ള ഊർജ്ജം ഓരോ അനുഭവങ്ങളായി യാത്രകളിൽനിന്നാർജ്ജിക്കുന്നു. ഓർമ്മകളുടെ കനൽത്തുരുത്തിലെ ഓരോ ചീളുകളും അക്ഷരങ്ങളാക്കി മാറ്റുന്നു.

"സാർ അടുത്ത സ്റ്റോപ്പാണ് വണ്ടിപ്പാളയം. അവിടെനിന്ന് ഒരു കിലോമീറ്റർ ഉള്ളിലാണ് മിഷണറി സ്കൂൾ."

ബസ് നിർത്തിയപ്പോൾ ഇറങ്ങി. സ്റ്റോപ്പിൽ സ്കൂളിലേക്ക് കൊണ്ടുപോവാനുള്ള വണ്ടിയുമായി ഒരാൾ കാത്തുനില്പുണ്ട്. സ്കൂൾ അധി

കൃതർ ഏർപ്പാടാക്കിയതാണ്. ഏകദേശം ഒരു കിലോമീറ്റർ സഞ്ചരിച്ച് മിഷണറി സ്കൂളിലെത്തി.

സ്കൂൾ കവാടം നന്നായി അലങ്കരിച്ചിരിക്കുന്നു. ആർട്സ് ഡെ ഉദ്ഘാടനമാണ്. നന്നായി അലങ്കരിച്ച ഉദ്ഘാടന വേദി. ബൊക്കെയുമായി സ്വീകരിക്കാൻ വെള്ളയുടുപ്പിട്ട മാലാഖക്കുട്ടികൾ, ബാന്റ് സെറ്റ്, വെള്ള യുടുപ്പിട്ട കന്യാസ്ത്രീകൾ അവരെയെല്ലാം നോക്കി ഗൗരവം വിടാതെ ഒന്ന് പുഞ്ചിരിച്ചു. വലിയ ആരാധനയാണ് കുട്ടികളുടെയും അദ്ധ്യാപക രുടെയും കണ്ണുകളിൽ കാണുന്നത്. അതിൽ തെല്ല് അഹങ്കാരം തോന്നാ തിരുന്നില്ല. ആരാധകരായി വായനക്കാർ ധാരാളമുണ്ട്. അതിൽ കൂടു തലും സ്ത്രീകളാണ്. ഒരളവുവരെ അത് ആസ്വദിക്കാറുമുണ്ട്.

ആരാധനയോടെ നോക്കുന്ന കണ്ണുകൾക്കിടയിൽ നിന്ന് വലത്തെ കണ്ണിനുതാഴെ ഒരു കാക്കപ്പുള്ളിയുള്ള കന്യാസ്ത്രീയുടെ കണ്ണുകളിൽ ചെന്നുനിന്നു. ഈ കണ്ണുകൾ! എവിടെയോ നല്ല പരിചയമുണ്ടല്ലോ. ഇത് അന്നയല്ലേ!

ഇരുപത്തിയാറു വർഷങ്ങൾക്കുമുമ്പേ ഒരു എൽ പി സ്കൂൾ. അവിടെ താല്ക്കാലികമായി നിയമിക്കപ്പെട്ട അന്ന ടീച്ചർ.

ഉച്ചഭക്ഷണം കഴിക്കുന്ന സമയത്താണ് അന്ന ടീച്ചർക്ക് തന്നോ ടെന്തോ ഒരു പ്രത്യേകതയുള്ളതുപോലെ തോന്നിയത്. മിക്കവാറും പന്നി യിറച്ചി വരട്ടിയതും പോത്ത് ഉലർത്തിയതുമൊക്കെ എന്റെ പാത്രത്തി ലേക്ക് സമൃദ്ധമായി ഇട്ടുതരുമായിരുന്നു. അന്നേ പ്രഭാകരൻ മാഷ് പറ ഞ്ഞിരുന്നു. നരേന്ദ്രാ അന്നക്കുട്ടിക്ക് തന്നോടൊരു കണ്ണുണ്ട്... ഒന്ന് മുട്ടിക്കോ എന്ന്. ഒരു യാഥാസ്ഥിതിക നായർ കുടുംബത്തിൽ ജനിച്ച നരേന്ദ്രനും കത്തോലിക്കാ സമുദായത്തിൽപ്പെട്ട അന്നക്കുട്ടിയും ഇരുപ ത്താറ് വർഷംമുമ്പേ പ്രണയിച്ചാലുള്ള അവസ്ഥ എന്താവുമെന്ന് ഊഹി ക്കാവുന്നതല്ലേയുള്ളൂ. അമ്മാവൻ പറയുന്നതിനപ്പുറത്തേക്ക് അമ്മ ഒരടി നീങ്ങില്ല. അച്ഛൻ വെറും റബ്ബർസ്റ്റാമ്പായിരുന്നു. അന്നത്തെ മരുമക്കത്തായ സമ്പ്രദായത്തിൽ അച്ഛനല്ലായിരുന്നു, അമ്മാവനാണ് പ്രാധാന്യം.

അന്നടീച്ചറെപ്പോലെ ഒരു കൃശഗാത്രിയായിരുന്നു മനസ്സിൽ. വെള്ളാരം കണ്ണുകൾ, കണ്ണുകൾക്ക് താഴെയുള്ള വലിയൊരു കാക്കപ്പു ള്ളി... ഇതൊക്കെ എത്രയോ നാൾ മനസ്സിനെ വേട്ടയാടിയിട്ടുണ്ട്. പല പ്പോഴും ഉണ്ടാവാൻ സാദ്ധ്യതയുള്ള പ്രശ്നങ്ങളോർത്ത് ആ പ്രണയം കണ്ടില്ലെന്ന് നടിക്കുകയായിരുന്നു. അധികം വൈകാതെതന്നെ നാട്ടി ലേക്ക് സ്ഥലംമാറ്റം ലഭിച്ചു. ആ കണ്ണുകൾ വല്ലപ്പോഴും ഓർമ്മകളിൽ വരാറുണ്ടായിരുന്നു. തമ്പുരാൻ അങ്ങനെയാണ്. കൈയെത്താദൂരത്തുള്ള തിനോടാണ് ഭ്രമം തോന്നിപ്പിക്കുക.

ഉദ്ഘാടന വേദിയിൽ ഇരിക്കുമ്പോഴും പ്രസംഗിക്കുമ്പോഴും ആ കണ്ണുകൾ വല്ലാതെ വേട്ടയാടി. പ്രസംഗ പരിപാടികൾക്കും സമ്മാനദാന ത്തിനും ശേഷം ഭക്ഷണഹാളിലേക്ക് ആനയിച്ചു. വിവിധ തരം മത്സ്യ ങ്ങളും മാംസവും പഴങ്ങളും ഒക്കെയായി ഗംഭീര വിരുന്നുതന്നെ. അവി

ടെയും ഉണ്ട് ആ വെള്ളാരം കണ്ണുകൾ. എന്തേ കർത്താവിന്റെ മണവാട്ടി യായതെന്ന് ചോദിക്കണമെന്നുണ്ടായിരുന്നു. പക്ഷേ, ഒരപരിചിതനെ പ്പോലെ പെരുമാറാനേ സാധിച്ചുള്ളൂ. കർത്താവിന്റെ മണവാട്ടിമാർക്ക് ചാഞ്ചല്യമുണ്ടാവാൻ പാടില്ലല്ലോ. എങ്കിലും ആ കണ്ണുകളിലേക്കൊന്നു നോക്കി. നിറഞ്ഞു തുളുമ്പിയിരിക്കുന്നു. എത്ര നിസ്സഹായനാണ് മനു ഷ്യൻ ചിലസമയങ്ങളിൽ. വേഗം ഭക്ഷണം കഴിച്ചെന്ന് വരുത്തി എഴു ന്നേറ്റു.

"ഒരു ഗ്രൂപ്പ് ഫോട്ടോ എടുക്കാനുണ്ട് സർ.."

പ്രിൻസിപ്പാളിന്റെ ശബ്ദം. ഫോട്ടോയ്ക്ക് പോസ് ചെയ്തപ്പോഴും അന്ന തന്നെയാണ് മനസ്സിൽ.

"സാറിന്റെ അവാർഡ് ലഭിച്ച കൃതികളെല്ലാം വായിച്ചിരുന്നു."

മുന്നിൽ അന്ന നില്ക്കുന്നു. കണ്ണുകൾ വീണ്ടും കൂട്ടിമുട്ടി.

"നന്ദി സിസ്റ്റർ..."

അതു പറയുമ്പോൾ കണ്ണിൽ നോക്കാതിരിക്കാൻ പാടുപെട്ടു.

യാത്ര പറഞ്ഞ് കാറിൽ കയറുമ്പോൾ മനസ്സ് പിടഞ്ഞു. ഒന്നു സംസാരിക്കാൻ സാധിച്ചില്ലല്ലോ. ഇനിയൊരിക്കലും കാണുകയേ ഇല്ലാ യിരിക്കും. അറിയാതെ രണ്ടു തുള്ളി കണ്ണുനീർ കവിളിലൂടെ ഒലിച്ചിറങ്ങി. കണ്ണട ഊരി ടവ്വലെടുത്ത് കണ്ണുകൾ തുടച്ചു.

തിരിച്ച് വീട്ടിലെത്തുന്നതുവരെ മനസ്സ് ചരടുപൊട്ടിയ പട്ടംപോലെ എവിടെയൊക്കെയോ ആയിരുന്നു. ജീവിതത്തിന്റെ അർത്ഥമില്ലായ്മയാ യിരുന്നു മനസ്സിൽ. വിരൽത്തുമ്പിൽനിന്ന് ഊർന്നുപോകുന്ന മഞ്ഞുക ണങ്ങളാണ് ഓരോ ഓർമ്മകളും. അതിന്റെ തണുപ്പ് മരണംവരെ ഉച്ചി യിൽത്തന്നെയുണ്ടാവും. ബസിന്റെ കമ്പിയിൽ തല ചാരിയിരുന്ന് കണ്ണ ടച്ചു. വെള്ളാരംകണ്ണുകളിലെ തുളുമ്പിയ തുള്ളികളെ ആവാഹിച്ച തണുത്ത കാറ്റ് കൺപോളകളെ വന്ന് മെല്ലെത്തലോടി... പതിയെ കണ്ണു കളടഞ്ഞു. ഇപ്പോൾ ഒരു പഞ്ഞിക്കെട്ടുപോലെ മേഘങ്ങൾക്കിടയിലൂടെ പറന്നു നടക്കുകയാണ്. വിരലുകളിൽ ഒരു ഒരു ചെറിയ തണുപ്പ്. അതേ അത് ആ വിരലുകളാണ്. മുറുകെപ്പിടിച്ചു. ഊർന്നു പോവാതിരിക്കാൻ. ഇനി ഒരിക്കലും...

പ്രളയഭൂമിയിൽനിന്ന് ഗതിമാറി ഒഴുകിയത് അവൾ ഒറ്റയ്ക്കല്ലായിരുന്നു

പതിവില്ലാതെ ഞെട്ടിയുണർന്നു. ഫോണെടുത്തുനോക്കി. സമയം രാത്രി രണ്ട് മണി, ഡൈനിങ് ഹാളിൽച്ചെന്ന് ജഗ്ഗിലെ വെള്ളം രണ്ടു മൂന്നു കവിൾ വായിലേക്ക് കമിഴ്ത്തി. ഇന്നിനി ഉറക്കംവരില്ല. ടി വി ഓൺ ചെയ്തു. ബ്രേക്കിങ് ന്യൂസ് കാണിക്കുന്നു. കേരളം പ്രളയത്തിൽ; മൂന്നാലു ദിവസമായി മഴ തകർത്തുപെയ്യുകയാണ്. പലയിടത്തും ഉരുൾപ്പൊട്ടലും. സംസ്ഥാനത്തെ താഴ്ന്ന പ്രദേശങ്ങളെല്ലാം വെള്ളം മൂടിയിരിക്കുന്നു. എല്ലാ ജില്ലകളിലും റെഡ് അലെർട്ട് പ്രഖ്യാപിച്ചിരിക്കുന്നു.

ന്യൂസ് ചാനലുകൾ മാറ്റിമാറ്റി വെച്ചുനോക്കി. എല്ലാവരും പ്രളയം വിറ്റ് കാശാക്കുന്നവർ. ന്യൂസ് റേറ്റിങ് കൂട്ടാനുള്ള എല്ലാ വഴികളും അവർക്കറിയാം. ക്യാമറയും മൈക്കും പൊക്കിപ്പിടിച്ച് ലൈവ് ഷോ കാണിക്കുന്നതല്ലാതെ ഇവരൊന്നും ആരെയും മരണമുഖത്തുനിന്ന് രക്ഷപ്പെടുത്തുന്നത് കാണുന്നില്ല. വെറുതെ റിമോട്ട് ഞെക്കി ചാനൽ മാറ്റിക്കൊണ്ടിരുന്നു. മനസ്സ് ശൂന്യമായതുപോലെ. ടി വി ഓഫ് ചെയ്യാതെ അവിടെ കുറച്ചു സമയം ഇരുന്നു.

ഫോണിൽ മെസേജ് തുരുതുരാവരുന്നുണ്ട്. ഹെല്പ് നീഡഡ് എന്ന് പറഞ്ഞുകൊണ്ടുള്ള മെസേജസാണ് പ്രളയം തുടങ്ങിയതിൽ പിന്നെ. പലതും വായിക്കാൻതന്നെ ഭയം.

കുറെ നാളായി മനസ്സിൽ ഒരു കഥ ഉരുത്തിരിഞ്ഞു വരുന്നു. എഴുതാനിരിക്കാൻ സമയമായില്ല എന്ന് തോന്നുന്നു. അനേകം മാനസിക പ്രക്രിയകളിലൂടെ ഉരുത്തിരിഞ്ഞു വരുന്ന സംഭവബഹുലമായ ഭാവങ്ങളുടെ ശ്രേണിയാണ് ഓരോ അക്ഷരക്കൂട്ടവും.

വീണ്ടും മെസേജ് ടോൺ. ഐ വാണ്ട് ടു സീയു ഇമ്മീഡിയറ്റ് ലി. ചേതൻ ശർമ്മ.

ഹൃദയത്തിൽ ഒരു കൊള്ളിയാൻ മിന്നി. ഒരു പെരുമഴക്കാലത്തേക്ക് മനസ്സ് ഊളിയിട്ടു.

അവന്റെ മാറിലെ രോമച്ചുരുളുകളിൽ ചുണ്ടുവിരൽ കോർത്ത് അവൾ ചോദിച്ചു.

നിന്റെ മോനെ ഞാൻ പ്രസവിച്ചോട്ടെ?

പ്രണയത്തിനു ഫ്രീക്വൻസി മാക്സിമം ആയ ദിനങ്ങളിലൊന്നിലാണ് ആദ്യമായി അവർ ഒന്നായത്. അവർ എന്നു പറയുമ്പോൾ കൗമാരപ്രായക്കാരോ യുവതീയുവാക്കളോ ഒന്നുമല്ല. അവനെക്കാളും അവൾക്ക് വയസ്സും കൂടുതലാണ്.

സമൂഹത്തിലെ അറിയപ്പെടുന്ന എഴുത്തുകാരി. സാമൂഹ്യപ്രവർത്തക. മോഡൽ. കൂടാതെ സുന്ദരിയുമായിരുന്നു അവൾ.

പ്രണയത്തിന്റെ ആദ്യത്തെ സ്പാർക്ക് ഇരുവരിലും ഉടലെടുത്ത് തികച്ചും യാദൃച്ഛികം. എന്നോ അടർന്നുപോയ രണ്ടിതളുകൾ ഒന്നുചേർന്നതുപോൽ... അറിയാതെ പൊഴിഞ്ഞുപോയ തൂവലുകൾ വീണ്ടും കണ്ടുമുട്ടിയതുപോലെ.... എന്നോ നഷ്ടമായ സ്വന്തം പ്രതിബിംബം വീണ്ടെടുത്തതുപോലെയൊക്കെയാണ് ഇരുവർക്കും തോന്നിയത്. ഏതോ ഒരു സാഹിത്യയാത്രയായിരുന്നു അതിന് നിദാനം. ചുറുചുറുക്കുള്ള ഫ്രീലാൻസ് ഫോട്ടോഗ്രാഫറും എഴുത്തുകാരനുമായിരുന്നു അവൻ.

ഇപ്പോൾ ടെലിവിഷനിൽ രക്ഷാപ്രവർത്തനങ്ങളുടെ ലൈവാണ് കാണിക്കുന്നത്. ഹെലികോപ്റ്ററിൽ ആളുകളെ രക്ഷപ്പെടുത്തിക്കൊണ്ടിരിക്കുകയാണ്.

ആ മെസേജിന് മറുപടി നല്കുന്നില്ല. ആരെയും കാണാനുമുദ്ദേശിക്കുന്നില്ല. അങ്ങനെയൊരു തീരുമാനമെടുക്കാനാണ് തോന്നിയത്. അവസാനിപ്പിച്ചതൊന്നും വീണ്ടും തുടങ്ങുന്നവളല്ല അരുന്ധതീവർമ്മ.

നാളെ ഒരു ദുരിതാശ്വാസ ക്യാമ്പിലേക്കുള്ള യാത്ര പ്ലാൻ ചെയ്തതാണ്. നാടാകെ പ്രളയത്തിൽ മുങ്ങിയിരിക്കുകയല്ലേ. എല്ലാം കുത്തിയൊഴുക്കിക്കൊണ്ടുപോകുന്ന പ്രളയം. ഒരു എഴുത്തുകാരിക്ക്, സാമൂഹ്യപ്രവർത്തകയ്ക്ക് നോക്കിയിരിക്കാൻ സാധിക്കില്ല. സെറ്റിയിൽത്തന്നെ തല ചായ്ച്ചുകിടന്നു. എപ്പോഴാണ് ഉറങ്ങിയതെന്നറിയില്ല. ഉണർന്നപ്പോഴും ടി വി വർക്ക് ചെയ്തുകൊണ്ടിരിക്കുന്നു. ഓഫ് ചെയ്യാൻ മറന്നുപോയിരുന്നു.

ഒരു നഷ്ടബോധം. ഒരു തവണപോലും പ്രസവിക്കാനാവാത്ത തന്റെ ഗർഭപാത്രത്തെക്കുറിച്ചോർത്തു. എന്തിനാണ് ഇപ്പോൾ ഈ ചിന്ത? ഒരു പക്ഷേ, ചേതൻ ഓർമ്മമണ്ഡലത്തിലേക്ക് ഒരുവേള വന്നതാവാം കാരണം. അല്ല... അതുതന്നെയാണ്.

ദിനചര്യകൾ തീർത്ത് വണ്ടിയെടുത്തു. ഒറ്റയ്ക്കുള്ള യാത്രയാണ് എന്നും പ്രിയം. നല്ല മഴയുണ്ട്. വണ്ടി നിറയെ തുണിത്തരങ്ങളും സാനിട്ടറി നാപ്കിൻസും മെഡിസിൻസും ഇന്നലെത്തന്നെ നിറച്ചുവെച്ചിരുന്നു. കാക്കനാട്ടെ മോഡൽ ഹൈസ്കൂളിലാണ് ക്യാമ്പ് പ്രവർത്തിക്കുന്നത്. അഞ്ഞൂറിലധികം ആളുകളുണ്ടായിരുന്നു അവിടെ. ധനികനും ദരിദ്രനും

വീടുള്ളവനും ഇല്ലാത്തവനും ജാതിമതഭേദമില്ലാതെ ഒരുമിച്ച് കഴിയുന്നു.

സുഹൃത്തുക്കളായ ഒരുപാട് ക്യാമ്പ് കോർഡിനേറ്റർമാരെ കണ്ടു. വീണ്ടും ഫോണിൽ മെസേജ്.

ഐ വാണ്ട് ടു സീയു അരുന്ധതി. കം ടു അപ്പോളോ ഹോസ്പിറ്റലിൽ.

ചേതൻ.

ഈശ്വരാ... എന്നിലെ സ്ത്രീ ഉണർന്നു തുടങ്ങുകയാണല്ലോ. എത്ര ഉന്നത ചിന്താഗതിക്കാരിയാണെന്ന് അഹങ്കരിച്ചാലും അവൾ സ്ത്രീയാണ്. അമ്മയാണ്. മാതൃത്വം തുളുമ്പുന്ന ഒരു മനസ്സുണ്ടവൾക്ക്. എന്തായാലും പോവാം. നാളെയാവട്ടെ. ഇന്ന് മറ്റ് ചില കാര്യങ്ങൾകൂടി ചെയ്തു തീർക്കാനുണ്ട്.

വൈകിയാണ് വീട്ടിലെത്തിയത്. പെട്ടെന്ന് ഉറങ്ങിപ്പോയി. രാവിലെ എഴുന്നേറ്റപ്പോഴേ ഉള്ളിലൊരു കടച്ചിൽ. ഒരുപാടു തവണ ആലോചിച്ചു പോവണോ വേണ്ടയോ എന്ന്. ഒരു സുഹൃത്തിന് ഒരാവശ്യംവന്നാൽ ഞാൻ പോവില്ലേ... അതുപോലെ കരുതിയാൽ മതി. മനസ്സ് സ്വയം ആശ്വസിച്ചു.

വണ്ടി അപ്പോളോ ഹോസ്പിറ്റൽ ഗേറ്റ് കടന്നു. പാർക്കുചെയ്ത് റിസപ്ഷനിലേക്ക് നടന്നു.

"വിച്ച് ഈസ് ദ റൂം നമ്പർ ഓഫ് ചേതൻ ശർമ്മ?"

"റൂം നമ്പർ. 501 മാഡം."

ലിഫ്റ്റിൽ കയറി. അവനേറെ ഇഷ്ടപ്പെട്ട പോംഗ്രനേറ്റ് വാങ്ങാൻ മറന്നിരുന്നില്ല. കുറെ പുസ്തകങ്ങളും. പുസ്തകങ്ങളാണല്ലോ അവനെ തന്നിലേക്ക് അടുപ്പിച്ചത്. ഒരുമിച്ച് എത്ര ബുക്ക് സ്റ്റാളുകൾ കയറിയിറങ്ങിയിരിക്കുന്നു. ഒരുമിച്ചുള്ള യാത്രകൾ ഒരിക്കലും മറക്കാനാവില്ല.

ആ കണ്ണുകളിൽ നോക്കി പലതവണ ചോദിച്ചതാണ്. നമുക്കൊന്നിച്ചുകൂടേ? എന്ന്. സാധിക്കില്ലെന്നറിയാമായിരുന്നു. എങ്കിലും വെറുതേ... ഒരു തവണയെങ്കിലും പ്രസവിക്കാൻ ഭാഗ്യമില്ലാതെപോയ തന്റെ ഗർഭപാത്രത്തോട് അതിയായ ആത്മനിന്ദ തോന്നാറുണ്ട്. പലപ്പോഴും അങ്ങനെയൊന്നുണ്ടായാൽ അതവന്റെ ബീജമാവണം എന്നൊരു തീരുമാനവും എടുത്തിരുന്നു. അപ്രതീക്ഷിതമായിട്ടായിരുന്നു വേർപിരിയൽ. ഇപ്പോഴിതാ വീണ്ടും.

ഓർമ്മകളുടെ കൂടാരവാതിൽ തുറന്നതുപോൽ ലിഫ്റ്റ് അഞ്ചാം നിലയിൽ നിന്നു. ഡോർ തുറന്നു. 501 ലേക്ക് വലതുകാലെടുത്തുവച്ചുകയറി.

ദൃഷ്ടി പതിഞ്ഞത് ആ മുഖത്തുതന്നെ. കാലം അതിന്റെ വികൃതികൾ കാണിക്കാൻ തുടങ്ങിയിരിക്കുന്നു. അവന്റെ മുഖത്തും.

എന്തോ തികച്ചും നിർവ്വികാരമായിരുന്നു തന്റെ മുഖം. അവൻ കിടക്കയിൽ ആയാസപ്പെട്ട് എഴുന്നേറ്റിരുന്നു. തലയിലും താടിയിലും അങ്ങിങ്ങ് വെള്ളിവരകൾ. ഒരുകാലത്ത് തന്നെ ആവേശം കൊള്ളിച്ചിരുന്ന മനോഹരമായി ട്രിം ചെയ്തു വച്ചിരുന്ന താടി...

അടുത്തു കസേര നീക്കിയിട്ടിരുന്നു. ആ കണ്ണുകൾ തന്നിലേക്ക് തുള ച്ചുകയറുകയാണ്.

"നിനക്കെന്തുപറ്റി ചേതൻ?" അവന്റെ കണ്ണിലേക്കു നോക്കി ചോദിച്ചു.

"പറയാം." ഒരു ദീർഘനിശ്വാസമുതിർത്ത് അവൻ പറഞ്ഞു. "നീ എനിക്ക് ഒരു ആഗ്രഹം സാധിച്ചുതരണം. എനിക്ക് ഒരു കുഞ്ഞിനെ വേണം. നിന്നിലൂടെ."

ഒന്നു ഞെട്ടി. "നീ വിവാഹം കഴിച്ചില്ലേ ചേതൻ? ഇതുവരെയും? എന്താ നിനക്കസുഖം?"

"എനിക്കധികം നാളുകളില്ല. ഇനിയെങ്കിലും എന്റെ കുഞ്ഞ് നിന്റെ ഗർഭപാത്രത്തിൽ വളരണം. ത്രൂ ഇൻട്രാ യൂട്ടെ റൈൻ ഇൻ സെമിനേ ഷൻ."

ഈശ്വരാ... ഒരിക്കൽ ഈ മാറിൽ തലചായ്ച്ച് ചോദിച്ചതാണ് നിന്റെ കുഞ്ഞിനെ ഞാൻ പ്രസവിച്ചോട്ടെയെന്ന്..

രാത്രിയുടെ നിശ്ശബ്ദതയിൽ ശൂന്യമായ റോഡിലൂടെ എ സിയുടെ തണുപ്പിൽ സംഗീതത്തിന്റെ അകമ്പടിയോടെ ലോങ് ഡ്രൈവ് രണ്ടുപേർ ക്കും ഏറെ ഇഷ്ടമായിരുന്നു.

പ്രണയത്തിന്റെ മാസ്മരികത അതിന്റെ പാരമ്യത്തിൽ അനുഭവി ക്കണം. അവൻ പറയുമായിരുന്നു.

അങ്ങനെ എത്ര യാത്രകൾ. പ്രണയമാപിനി വിരഹമാണെന്നത് എത്ര യഥാർത്ഥമാണ്. ആ കണ്ണുകളിൽ ഇപ്പോൾ പണ്ടത്തെ തിളക്കം കാണുന്നില്ല.

ഒന്നും പറഞ്ഞില്ല. ആ കൈത്തലം മുറുകെപ്പിടിച്ചു. രണ്ട് തുള്ളി കണ്ണുനീർ കൈപ്പടത്തിൽ വീണുചിതറി. മനസ്സിൽ നൂറുവട്ടം സമ്മത മെന്നു പറയാനാണ് തോന്നിയത്. "ശരി" എന്ന രണ്ടക്ഷരം മാത്രമേ പുറ ത്തുവന്നുള്ളൂ.

തിരിഞ്ഞുനോക്കാതെ പുറത്തിറങ്ങി നടന്നു. ലിഫ്റ്റിൽ കയറാൻ തോന്നിയില്ല. താഴെയെത്തി കാറിൽ കയറി ഇരുന്നു. മനസ്സാകെ ഒരു ഇരമ്പം. സന്തോഷമാണോ സങ്കടമാണോ എന്നറിയില്ല. എത്രനേരം ഈ ഇരിപ്പിരുന്നു എന്നറിയില്ല. ഫോണിന്റെ റിങ്ങിങ് ടോൺ കേട്ടാണ് സ്ഥല കാലബോധം വന്നത്. മറുതലയ്ക്കൽ സ്റ്റീഫൻ ആണ്.

"മാഡം നാളെ വിങ് സ്കൾച്ചറൽ സ്ട്രീമിന്റെ നേതൃത്വത്തിലുള്ള ദുരിതാശ്വാസ പ്രവർത്തനവുമായി ബന്ധപ്പെട്ട് മാഡത്തിന്റെ ഭാഗത്തു നിന്ന് എന്തെങ്കിലും സഹകരണം പ്രതീക്ഷിക്കുന്നു."

"ഓകെ വേണ്ടതുചെയ്യാം സ്റ്റീഫൻ..."

കൈ യാന്ത്രികമായാണ് സ്റ്റിയറിങ് കൈകാര്യം ചെയ്തത്. ഏതോ മേഘശകലങ്ങൾക്കിടയിലൂടെ ഒഴുകിനീങ്ങുകയാണ് ഭാരമില്ലാതെ. മഴ തോർന്നിട്ടില്ല. വീട്ടിലെത്തി ഒരു ഗ്ലാസ് ചൂടുപാലെടുത്ത് സിപ് ചെയ്തു കൊണ്ട് ടി വി ഓൺചെയ്തു.

ബ്രേക്കിങ് ന്യൂസ്. കേരളം പ്രളയത്തിൽ മുങ്ങി. ആലുവ, ചെങ്ങന്നൂർ, ചാലക്കുടി തുടങ്ങി താഴ്ന്ന പ്രദേശങ്ങളെല്ലാം വെള്ളത്തിൽ. രക്ഷാപ്രവർത്തനങ്ങൾ തീവ്രമായി നടക്കുന്നു.

മറ്റൊരു ചാനലിൽ ലൈവ് ഷോയാണ്. നാലുദിവസമായി ഒരു സ്ത്രീയും കുഞ്ഞും അവരുടെ അമ്മയും വീടിന്റെ മുകളിലത്തെ നിലയിൽ കുടുങ്ങിക്കിടക്കുകയാണ്. ഭക്ഷണവും വെള്ളവുമില്ലാതെ തളർന്ന വശരായ അവർ രക്ഷാപ്രവർത്തകരെ ഫോണിൽ ബന്ധപ്പെടുകയാണ്. ക്യാമറ വീണ്ടും പ്രളയക്കെടുതികളിലേക്ക്..

രാവിലെ ഫോൺ റിങ് ചെയ്യുന്നതുകേട്ടാണ് ഉണർന്നത്. മറുതലയ്ക്കൽ അപ്പോളോ ഹോസ്പിറ്റൽ റിസപ്ഷനിസ്റ്റ്.

“മാഡം. 501 ലെ പേഷ്യന്റ് ചേതൻ ശർമ്മ മരണപ്പെട്ടിരിക്കുന്നു. മാഡത്തിന്റെ കോൺടാക്ട് നമ്പറാണ് ഇവിടെ തന്നിരിക്കുന്നത്.”

തല കറങ്ങുന്നു. വീഴാതിരിക്കാൻ ചുമരിൽ ചാരിനിന്നു. ഈശ്വരാ എന്തിനീ പരീക്ഷണം!

ഒരിക്കൽ കൈവിരലുകളിൽ നിന്ന് ഊർന്നുപോയത് തിരികെത്തന്നത് ഇതിനായിരുന്നോ?

തളരരുത്. തന്റെ പ്രാണനാണത്. അവന്റെ ജീവന്റെ തുടിപ്പ് തനിക്ക് വേണം. വിട്ടു കൊടുക്കില്ല.

വണ്ടിയെടുത്ത് ഹോസ്പിറ്റലിലെത്തി. ചേതനയറ്റ ശരീരം കാണാനാവില്ല. ഓപ്പറേഷനുള്ള തയ്യാറെടുപ്പുകൾ നടത്താനാവശ്യപ്പെട്ടു. എത്രയും പെട്ടെന്ന് ആ തുടിപ്പ് ഏറ്റുവാങ്ങണം. അവന്റെ ആഗ്രഹം സഫലമാവണം എന്നിലൂടെ....

ഓപ്പറേഷൻ ടേബിളിൽ കിടക്കുമ്പോഴും തികഞ്ഞ ശാന്തത അനുഭവപ്പെട്ടു. നട്ടെല്ലിൽ തുളച്ചുകയറിയ സൂചി ഉറക്കത്തിന്റെ തണുത്ത താഴ്വരയിലേക്ക് നയിച്ചു.

ഉദയസൂര്യന്റെ കിരണങ്ങളേറ്റ് ബോധത്തിന്റെ തണുത്തപാളികൾ എത്തിനോക്കി. ചേതന്റെ ജീവൻ തന്നിൽ തുടിച്ചു തുടങ്ങിയിരിക്കുന്നു. മനസ്സ് ലാവൻഡർ പുഷ്പങ്ങൾ വിടർന്നുനില്ക്കുന്ന താഴ്വരകളിലൂടെ പറക്കുകയാണ്. ഇനി ഞങ്ങൾ രണ്ടല്ല. ഒന്നായി പറക്കുകയാണ്. അവൻ ഒരു ഭ്രൂണമായി, ഇനിയെന്റെ ഉദരത്തിൽ. എന്റെ രക്തത്തിന്റെ, മാംസത്തിന്റെ, ശ്വാസത്തിന്റെ ഭാഗമായിരിക്കുന്നു. ഇനി എന്റെ യാത്ര തനിച്ചല്ല.

അനക്കമറ്റ ആ ശരീരത്തിൽ ചുറ്റിപ്പിടിച്ച് അന്ത്യചുംബനം നല്കി. ആ സ്പർശനത്തിന് കാത്തിരുന്നെന്നവണ്ണം ആ കണ്ണുകൾ തുറന്നിരിക്കുകയായിരുന്നു...

പുറത്ത് മഴ തകർത്തു പെയ്യുകയായിരുന്നു. ഒരു പ്രളയത്തിലൂടെ ഒഴുക്കിക്കളയാവുന്നതൊക്കെ തുടച്ചുനീക്കാനുള്ള വ്യഗ്രതയിൽ...

ചക്കമൊളഞ്ഞ്

"മനസ്സ് എത്ര ക്രൂരമാണ് ചിലപ്പോൾ.
വെറുത്തുകൊണ്ട് പ്രണയിക്കുക,
ജീവനേക്കാൾ പ്രണയിക്കുന്നവൻ
അത്യന്തം വേദനിക്കണമെന്ന് പ്രാർത്ഥിക്കുക..."

'**അ**പഹാസ്യയാക്കപ്പെട്ടവളുടെ കണ്ണുനീർ കനൽത്തുള്ളികളായി മൂർദ്ധാവിൽത്തന്നെ പതിക്കട്ടെ.' മുപ്പത്തിമുക്കോടി ദൈവങ്ങളെയും വിളിച്ച് അവൾ പ്രാർത്ഥിച്ചും പ്രാകിക്കൊണ്ടുമിരുന്നു. 'അക്ഷരങ്ങൾ കൊണ്ടെന്നെ ഭോഗിച്ചവനെ കവിതയെന്നല്ലാതെന്തു വിളിക്കണം.' എന്നൊക്കെ വാട്ട്സാപ്പ് സ്റ്റാറ്റസ് ഇട്ടപ്പോഴും സ്നേഹത്തിന്റെ വഞ്ചനാമുഖം അവൾക്ക് തീരെ പരിചിതമായിരുന്നില്ല. ഒരിക്കൽക്കൂടി അയാൾ കാൽക്കീഴിൽ വന്ന് മാപ്പു ചോദിക്കുന്നതും ഒരു പട്ടിയെ എന്നപോലെ അയാളെ ഇടംകാൽകൊണ്ട് തട്ടിക്കളയുന്നതും അവളൊരുപാട് സ്വപ്നം കണ്ടു. കളങ്കമില്ലായ്മയുടെ മുഖംമൂടി ധരിച്ച ആ കണ്ണുകൾ കണ്ണടയ്ക്കുള്ളിൽ ഒരിക്കൽക്കൂടി ഇതാ മുന്നിൽ... ആദ്യമേ കുറച്ചു ചോദ്യാവലികൾ ഞാൻ നിരത്തട്ടെ.... മറുപടികൾ എനിക്ക് ബോദ്ധ്യമാവുമെങ്കിൽ മാത്രം ഒരിക്കൽക്കൂടി എനിക്ക് പ്രിയതരമായിരുന്ന ആ കണ്ണുകളെ ഉള്ളം കൈയിലെടുക്കാം. ഇനി ഹൃദയത്തിൽ എടുത്തുവെക്കുന്നില്ല. പറിച്ചെടുക്കാൻ പാടാണ്. കൈക്കുള്ളിലാണെങ്കിൽ വേണ്ടെന്നു വെക്കാനും വലിച്ചെറിയാനും എളുപ്പമാണല്ലോ.

ഒന്നാമത്തെ ചോദ്യം:

ഒരു സ്ത്രീയെ പ്രണയിക്കുന്നതുകൊണ്ട് എന്താണ് നിങ്ങൾ പ്രതീക്ഷിക്കുന്നത്?

രണ്ടാമത്തെ ചോദ്യം:

നിങ്ങൾ അവളെ തീവ്രമായി പ്രണയിക്കാൻ തിരഞ്ഞെടുത്ത രീതി ഏതാണ്?

മൂന്നാമത്തെ ചോദ്യം:

നിങ്ങളുടെ പ്രണയത്തിൽ അവൾ അസംതൃപ്തയെങ്കിൽ നിങ്ങളുടെ പ്രതികരണം എന്തായിരിക്കും?

നാലാമത്തെ ചോദ്യം

നിങ്ങളുടെ പ്രണയത്തിൽ ശരീരമോ സാമ്പത്തികമോ ആയ ലാഭം ഇല്ലെങ്കിൽ നിങ്ങൾ അതിൽനിന്ന് പിന്മാറുമോ?

ഈ നാലു ചോദ്യങ്ങൾക്കുള്ള മറുപടി കിട്ടിയാൽ എന്റെ തീരുമാനം ഞാൻ അറിയിക്കും. എന്നത്തെയുംപോലെ ഇതും ഒരു ഉച്ചയുറക്കത്തിന്റെ ജല്പനങ്ങളായിരുന്നു. ഉത്തരങ്ങൾ കിട്ടാത്ത ചോദ്യങ്ങളായിരുന്നു അവ ളെന്നും. അയാളുടെ ഭാര്യക്ക് പേറ്റുനോവ് തുടങ്ങിയെന്നും നഗരത്തിലെ ഒരാശുപത്രിയിൽ ആ സ്ത്രീയെ അഡ്മിറ്റ് ചെയ്തിരിക്കുന്നെന്നും അവ ളറിഞ്ഞത് അപ്പോഴാണ്. അയാളുടെ ബീജം തന്റെ അടിവയറ്റിൽ കുരു ക്കുന്നത് ഏറെ സ്വപ്നം കണ്ടിരുന്ന വേളകളിലാണ് അയാളുടെ ഭാര്യ ഗർഭിണിയാണെന്ന് അവളറിയുന്നത്. അസൂയകൊണ്ടവൾ വല്ലാതെ തളർന്നുപോയിരുന്നു. അയാളുടെ വന്യഭാവങ്ങൾ അവളുടെ സ്വന്തമാവ ണമെന്ന പൊസസീവ്നെസ്.

ആ സ്ത്രീയെക്കാൾ വലുതല്ല അവളെന്ന് മനസ്സിലാക്കിയതോടെ അവൾ അയാളിൽനിന്ന് സ്വയം അകലുകയായിരുന്നു. മനസ്സ് എത്ര ക്രൂര മാണ് ചിലപ്പോൾ. വെറുത്തുകൊണ്ട് പ്രണയിക്കുക, ജീവനെക്കാൾ പ്രണ യിക്കുന്നവൻ അത്യന്തം വേദനിക്കണമെന്ന് പ്രാർത്ഥിക്കുക... അങ്ങനെ യൊക്കെ... ആ സ്ത്രീ രണ്ട് പെൺകുട്ടികളെ അയാളുടെ കൈകളിലേ ക്കിട്ടുകൊടുത്ത് നിത്യശാന്തിയിലേക്ക് കൂപ്പുകുത്തി. ഇരട്ടക്കുട്ടികളെയും പൊത്തിപ്പിടിച്ച് അയാൾ വാവിട്ട് നിലവിളിക്കുന്നത് അവളെ ഏറെ സന്തോ ഷിപ്പിച്ചു. പ്രണയം അഭിനയിച്ച് അവളെ തോല്പിച്ചവനെ ജീവിതം കൊണ്ട് ദൈവം ശിക്ഷിച്ചിരിക്കുന്നു. അവൾ പൊട്ടിച്ചിരിച്ചു. പിന്നെ പൊട്ടി ക്കരഞ്ഞു.

അവളുടെ ഭാവമാറ്റം കണ്ട് ഭർത്താവും മകളും അന്തിച്ചുനിന്നു. അവ ളവരെ കെട്ടിപ്പിടിച്ച് ഒരു ഭ്രാന്തിയെപ്പോലെ കരഞ്ഞു. ഞാനെന്തൊരു ദ്രോഹിയാണ്. എന്നെപ്പോലെ അയാൾക്കും കുടുംബം പ്രിയപ്പെട്ടതാ വില്ലേ? എങ്കിലും ജീവൻപോലും സമർപ്പിക്കാൻ തയ്യാറായ തന്നെ അയാൾ വഞ്ചിച്ചില്ലേ? കരഞ്ഞുകരഞ്ഞ് അവൾ ഒരു കടലായി. ആ ഒഴു ക്കിൽ അയാളും രണ്ടുപെൺമക്കളും ഒഴുകിവരുന്നതും അവളിലേക്ക് അലിയുന്നതും അവൾ കണ്ടു. അവരെ അവൾ മാറോടുചേർത്തു. ഒരു കുഞ്ഞിനെപ്പോലെ അയാളും അവളുടെ മാറോടു ചേർന്നു. അവൾക്ക്

വർഷങ്ങൾക്കു ശേഷം തന്റെ മാറിടം ചുരത്തുന്നതായി അനുഭവപ്പെട്ടു. അവൾ മുലക്കണ്ണുകൾ കുഞ്ഞുങ്ങളുടെ വായിൽ തിരുകി. അയാളപ്പോൾ വിദൂരതയിലേക്ക് കണ്ണുകൾ പായിക്കുകയായിരുന്നു. അഗാധപ്രണയം ചക്കമൊളഞ്ഞുപോലെയാണ്. അങ്ങോട്ടൊട്ടി ഇങ്ങോട്ടൊട്ടി... എത്ര പറിച്ചുകളഞ്ഞാലും പോവാതെ..

"അമ്മേ... എനിക്ക് ന്യൂഡിൽസ് ഉണ്ടാക്കിത്തരൂ..." മകളുടെ വിളി ഉറക്കത്തിന്റെ ഏതോ താഴ്വരകളിൽ നിന്നാണ് അവളുടെ കാതുകളിൽ പതിച്ചത്..."

കാലാന്തരങ്ങൾ

അമ്മേ.... അമ്മേ... മുളചിന്തുമ്പോലെ മകൾ വിളിച്ചു കരയുന്നു.. ഇനി ഞാൻ പറയില്ലമ്മേ.. എഴുന്നേല്ക്കമ്മേ..

മറ്റേതോ ലോകത്തിൽ നിന്നെന്ന പോലെയാണീ കരച്ചിൽ ഞാൻ കേൾക്കുന്നത്. എഴുന്നേല്ക്കണമെന്നുണ്ട്. പക്ഷേ, ശരീരം പൊങ്ങുന്നില്ലല്ലോ... ഇനി അല്പസമയം കൂടിയേ ബാക്കിയുള്ളൂ..

ഉടനെ എന്നെ ചിതയിൽ എടുത്തുവെക്കും. എന്റെ ഭർത്താവ് ചിതയ്ക്ക് തീകൊളുത്തും.

മകളുടെ പെരുമാറ്റത്തിൽ വന്ന ചില പൊരുത്തക്കേടുകൾ കുറച്ചായി ഞാൻ ശ്രദ്ധിക്കുന്നു. അദ്ദേഹത്തിന്റെ ശ്രദ്ധയിൽ പെടുത്തിയപ്പോഴൊക്കെ പോട്ടെ. അവൾ കുഞ്ഞല്ലേ ശരിയായിക്കോളും എന്നൊക്കെ സമാധാനിപ്പിക്കും.

"പിന്നേ, കുഞ്ഞല്ലേ. പതിനെട്ട് വയസ്സായി. പണ്ടത്തെ കാലമാണെങ്കിൽ കല്യാണം കഴിച്ചുവിടാറായില്ലേ ശിവേട്ടാ?"

"നീ അതൊന്നും ഇത്ര സീരിയസായി എടുക്കല്ലേ രേഖാ."

"ശിവേട്ടന് എല്ലാം തമാശയാണ്."

"പലപ്പോഴും ഞാൻ ശ്രദ്ധിക്കുന്നു. ഞാൻ ഉണ്ടാക്കുന്ന ഭക്ഷണസാധനങ്ങൾ പോലും അവൾക്ക് പിടിക്കണില്യട്ടോ.."

"എന്നാ പിന്നെ നീ അവൾക്ക് ഇഷ്ടമുള്ളത് ഉണ്ടാക്കിക്കൊടുക്കെടീ..." അദ്ദേഹം പറയും.

"അവൾക്കുള്ള പരാതി എന്തൊക്കെയാന്ന് കേൾക്കണോ ശിവേട്ടന്?"

"ഞാൻ അവളെ സുഹൃത്തുക്കളുടെ കൂടെ കറങ്ങാൻ വിടുന്നില്ല. സമയം വൈകിവന്നാൽ വഴക്ക് പറയുന്നു. ഞാൻ മുതിർന്ന കുട്ടിയായില്ലേ, എന്തിനിങ്ങനെ പുറകെ നടക്കുന്നു, ഇതാണ് അവളുടെ ചോദ്യം.

ശിവേട്ടൻ കേൾക്കുന്നുണ്ടോ?"

"ഉണ്ടെടീ... നീ പറയ്." അവൾ അങ്ങനെയാണ്. പറയാനുള്ളത് മുഴുവൻ പറഞ്ഞുതന്നെ തീർക്കണം. പാവമാണ് എന്റെ രേഖ. അയാൾ മനസ്സിൽ ഓർത്തു.

"പിന്നേണ്ടല്ലോ ശിവേട്ടാ.. അവൾക്ക് ഞാൻ സ്വാതന്ത്ര്യം കൊടുക്കുന്നില്ലെന്ന്. അവൾക്ക് വരുന്ന ഫോൺകോളുകൾ ആരുടെ എന്നൊന്നും ഞാൻ ചോദിക്കാൻ പാടില്ലെന്ന്. നിങ്ങളെന്താ മനുഷ്യാ ഒന്നും പറയാത്തത്?"

ശിവേട്ടന് ഇതൊന്നും കേട്ടിട്ടും ഒരു കുലുക്കവുമില്ല.

"കുട്ടികളല്ലേടീ... കുറച്ചുകഴിയുമ്പോൾ ശരിയാവും." അദ്ദേഹം പറയും.

ഞാൻ വളർന്ന കാലഘട്ടത്തെക്കുറിച്ച് ആലോചിച്ചുപോയി. എതിർത്തൊരു വാക്ക് അച്ഛനോട് പറയാൻ പേടിയായിരുന്നു. അമ്മയാണെങ്കിൽ ഒരു പാവം സ്ത്രീ.

കോളേജിൽ പഠിക്കുന്ന കാലത്തുകൂടി സുഹൃത്തുക്കളുടെ കൂടെ ഐസ്ക്രീം പാർലറിൽ പോലും പോവാറില്ലായിരുന്നു. സമയം വൈകി വന്നാൽ അടി ഉറപ്പാണ്. അത്രയും സ്ട്രിക്ടായ പിതാവിന്റെ മകളായ എനിക്ക് സ്വന്തം മകളെ അനുസരിപ്പിക്കാനെന്താ പറ്റാത്തത്?

അതിനും ശിവേട്ടന് ന്യായീകരണമുണ്ട്. "ഡീ പണ്ടത്തെ കാലമല്ല. നിന്റെ മൂരാച്ചിത്തരൊന്നും ഇപ്പോഴത്തെ കുട്ടികളുടെ അടുത്ത് നടക്കില്ല." എന്തായാലും അവസാനം ഞാൻ കുറെ കരയും.

ഇപ്പോൾ അവൾക്ക് പുതിയൊരാവശ്യം... സ്വന്തമായി ഒരു ഫോൺ വേണം. എനിക്ക് പ്രായപൂർത്തിയായി. ഇനി ഫോൺ വാങ്ങുന്നതിൽ കുഴപ്പമില്ല എന്നാണവളുടെ വാദം.

പണ്ടത്തെ അമ്മമാരെയൊക്കെ സമ്മതിക്കണം. എട്ടും പത്തും പെൺകുട്ടികളെ മണിമണിയായിട്ടല്ലേ വളർത്തിയത്. ഇതിപ്പോ ഒന്നോ രണ്ടോ ആയിട്ടുപോലും നിസ്സഹായരാവുന്നല്ലോ എന്ന് ഓർത്തുപോയി.

"ഞാൻ പ്രസവിച്ച കുഞ്ഞല്ലേ. ദേഷ്യം വരുമ്പോൾ ഒന്നടിച്ചുപോയെന്നുവെച്ച് ഇത്രയ്ക്കൊക്കെണ്ടോ. തല്ല ചവിട്ടിയാൽ പിള്ളയ്ക്ക് നോവില്ല എന്നൊരു ചൊല്ലുണ്ട്. ഒക്കെ വെറുതെയാ. അവളെന്നോട് പറയുകയാ ഇനി എന്നെ തൊടരുത്, ഞാൻ ചൈൽഡ് ലൈനിൽ കംപ്ലയിന്റ് ചെയ്യും എന്ന്. ഞാൻ വാ പൊളിച്ചിരുന്നുപോയി."

അവളെ ഗർഭം ധരിച്ചതും പ്രസവിച്ചതും മുലയൂട്ടിയതുമെല്ലാം മനസ്സിൽ തെളിഞ്ഞുവന്നു. കണ്ണിൽനിന്നും നീർച്ചാലുകൾ ധാരയായൊഴുകി. ഇന്ന് രാവിലെ എനിക്കമ്മയെ ഇഷ്ടമില്ല വെറുപ്പാണ് എന്നുകൂടി അവൾ പറഞ്ഞപ്പോൾ ഒട്ടും സഹിക്കാനായില്ല. ഹൃദയം നുറുങ്ങുന്ന വേദന. കണ്ണിൽനിന്നും കണ്ണുനീർ കുടുകുടാ ഒഴുകുന്നു. യാന്ത്രികമായാണ് വീട്ടുജോലികൾ തീർത്തത്. അവൾക്കിഷ്ടപ്പെട്ട ചിക്കൻ ബിരിയാണിതന്നെ ഉണ്ടാക്കി. പരീക്ഷ കഴിഞ്ഞുവരുമ്പോൾ വയറുനിറയെ കഴിക്കട്ടെ. എന്റെ

കൈകൊണ്ടുണ്ടാക്കിയ അവസാനത്തെ ഭക്ഷണം.

ഇനി പോയി കുറച്ചുനേരം കിടക്കട്ടെ. ഹൃദയം വല്ലാതെ വേദനിക്കുന്നു. തനിച്ചായതുപോലെ. ജീവിതത്തിന്റെ അർത്ഥതലങ്ങൾ തേടിയലഞ്ഞ് ഒടുവിൽ ഒരു മരുഭൂമിയിലകപ്പെട്ട അവസ്ഥ. ഒരമ്മയെന്ന നിലയിൽ ഞാൻ തികച്ചും ഒരു പരാജയമായോ?

അമ്മയെ എനിക്കിഷ്ടമല്ല എന്ന വാക്കുകൾ ഹൃദയത്തിൽ തീർത്ത മുറിവിൽ നിന്ന് രക്തം വാർന്നൊഴുകുന്നു. അറിയാതെ കൈ മേശപ്പുറത്തെ നെക്സിറ്റോ കുപ്പിയിൽ തടഞ്ഞു. അച്ഛനുവേണ്ടി മുൻപ് ഡോക്ടറെഴുതിയ ഗുളികകളാണ്. അത് മേശപ്പുറത്തുനിന്ന് എടുത്തുമാറ്റാൻ ഞാൻ മറന്നതെന്തേ ആവോ. ആ ഗുളികകളെല്ലാം എടുത്തുവിഴുങ്ങി. അല്പം വെള്ളവും അകത്താക്കി. അദ്ദേഹത്തിന് ഒരു കുറിപ്പും എഴുതിവെച്ചു. ഞാൻ പോകുന്നു. 20 വർഷംനീണ്ട ദാമ്പത്യത്തിന്റെ ഒടുക്കം ഇങ്ങനെയാകുമെന്ന് നിനച്ചില്ല. എങ്കിലും എന്നോട് ക്ഷമിക്കൂ..

മെല്ലെ മെല്ലെ നിദ്രയിലാണ്ടുപോയി. ശരീരം ഒരു പഞ്ഞിക്കെട്ടുപോലെ പറന്നുനടക്കുകയുമാണ്. അങ്ങ് ദൂരെ അച്ഛനെ കാണാം. കൈ രണ്ടും എളിയിൽവെച്ചുകൊണ്ട് വീട്ടുപടിക്കൽ മകളെ കാത്തുനിന്ന അതേ ഭാവത്തിൽ ചിരിച്ചുകൊണ്ട്. അച്ഛാ ഞാൻ വന്നൂ ട്ടോ. എല്ലാം അറിയാമെന്ന മട്ടിൽ അച്ഛൻ തലയാട്ടി.

ഉച്ചയ്ക്ക് മകൾ വന്നു. ബിരിയാണി ഇഷ്ടപ്പെട്ടെന്നു തോന്നുന്നു. നല്ലോണം കഴിച്ചിട്ടുണ്ട്, സെറ്റിയിൽക്കിടന്ന് അവൾ ടി വി കാണുകയാണ്. പരീക്ഷ കഴിഞ്ഞതിന്റെ ക്ഷീണം തീർക്കുകയാവും. എന്തോ ഞാൻ കിടന്ന റൂമിൽവന്ന് എത്തിനോക്കിയിട്ട് തിരിച്ചുപോയി. വൈകുന്നേരം അദ്ദേഹം വന്നു. പതിവു ചായകിട്ടാഞ്ഞിട്ടാവും, റൂമിലേക്ക് വന്നു.

“എന്താ രേഖാ തലവേദനയാണോ,” എന്നുചോദിച്ച് എന്നെ തൊട്ടുനോക്കിയതും തളർച്ചയോടെ ഒരു നിലവിളി. അതുകേട്ട് മോളു വന്ന് കരയുകയാണ്... അമ്മേ എണീക്കമ്മേ..

കുഞ്ഞുമോൾ സ്കൂൾ വിട്ടുവന്നിട്ടില്ല. ഓരോ കുഞ്ഞുകാര്യത്തിനും അവൾക്കമ്മവേണം. ചെറുതായി ചില കഥകളൊക്കെ എഴുതിത്തുടങ്ങീട്ടുണ്ട്, അവൾ. അമ്മേ ഇതൊന്നുവായിച്ചുനോക്കൂ എന്നുംപറഞ്ഞ് പിന്നാലെ നടക്കും. അവളെങ്ങനെ ഇനി അമ്മയില്ലാതെ... അറിയില്ല... അദ്ദേഹത്തിന് രണ്ട് പെൺമക്കളെ വളർത്താനുള്ള ത്രാണി നല്കണേ ഈശ്വരാ..

ഇത്രയൊക്കെയാണ് ഇന്നുസംഭവിച്ചത്.

ആരൊക്കെയോ പറയുന്നതു കേൾക്കുന്നു. “കട്ടിലിൽ അധികനേരം കിടത്തരുത്. നിലം തൊടീക്കണം. തലയ്ക്കൽ നെല്ലും ചന്ദനത്തിരിയും കാൽക്കൽ മുറിത്തേങ്ങയും തിരിയും കത്തിച്ചുവെക്കണം.” ഇനിയപ്പോ രാജകീയമായിത്തന്നെ എനിക്ക് പോണം. അവസാനയാത്ര...പുതിയൊരു തുടക്കത്തിലേക്ക്.

മൃഗവേട്ട

എക്സൈസുകാർ കുരിപ്പൊയിൽ കോളനിയിലേക്കുള്ള റോഡിലേക്ക് തിരിഞ്ഞെന്ന് വാട്ട്സാപ്പ് സന്ദേശം കിട്ടിയതും യോഹന്നാൻ ഉടുമുണ്ട് തപ്പിയെടുത്തുടുത്ത് ഭാര്യ ജെസി അടുത്ത് തുണിയൊന്നുമില്ലാതെ ഉറങ്ങുന്നെന്നകാര്യം മറന്നുകൊണ്ട് വാതിൽ തുറന്ന് ബൈക്കിൽ ഒരു പിടിത്തം പിടിച്ചു. ഒച്ചപ്പാടു കേട്ടുണർന്ന ജെസി ഉടുതുണി ദേഹത്തില്ലെന്ന കാര്യം ഒട്ടുമേ ഓർക്കാതെ പുറകെയോടി ഇതെങ്ങോട്ടാ മനുഷ്യാ ഈ പാതിരായ്ക്ക് എന്ന് അലറിച്ചോദിച്ചു.

നീ വാതിലടച്ച് കിടന്നോ ഞാനിപ്പം വരാമെന്നും പറഞ്ഞയാൾ ബൈക്കിൽ മരണപ്പാച്ചിൽ പാഞ്ഞു.

ചെറുപുഴ പാലം കടന്ന് ഫോറസ്റ്റിലൂടെ മൂന്ന് ഫർലോങ് ദൂരം പോവണം യോഹന്നാൻ കള്ളച്ചാരായം വാറ്റുന്ന സ്ഥലത്തേക്ക്. സ്ഥലക്കച്ചോടം ഒട്ടും ലാഭമില്ലാതെ വന്നപ്പോഴാണ് കള്ളവാറ്റ് തുടങ്ങിയത്. വച്ചടി വച്ചടി കയറ്റമായിരുന്നു. കള്ളവാറ്റിന്റെ കൂടെ കക്കയിറച്ചിയും താറാവിറച്ചിയും മൊട്ട പുഴുങ്ങിയതും മീൻകറിയും എല്ലാമുണ്ട് തൊട്ടുകൂട്ടാൻ. നല്ലൊരു കുശിനിക്കാരിയാണ് പെലച്ചി മതം മാറിയ മേരി. ദേവസ്യായെ കെട്ടി മതം മാറിയതാണവൾ. അവനിട്ടേച്ചുപോയി. എന്നാലും അച്ചായത്തിമാർ തോറ്റുപോവും അവളുടെ പാചകത്തിൽ. മുലയും ചന്തിയും കുലുക്കി ആളുകളെ വശീകരിക്കാനും അവളൊരുത്തി മതി. രാത്രി വൈകുവോളം പറ്റുകാർ ഉണ്ടാവും. എല്ലാവരും പോയിക്കഴിയുമ്പോൾ തലയിലൂടെ രണ്ടു കൊട്ടകോരി വെള്ളം കോരിയൊഴിച്ച് അവളും അവിടെത്തന്നെ കിടക്കും. നിനക്കിവിടെ കിടക്കാൻ പേടിയില്ലേ മേരീ എന്ന് യോഹന്നാൻ ചോദിക്കുമ്പോഴൊക്കെ അവള് പറയും. "എന്നാത്തി

നായോന്നാച്ചാ പേടിക്കുന്നത്. ആന ചവിട്ടിക്കൊന്നാൽ ചാവത്തല്ലേയുള്ളൂ. മരിക്കാനെനിക്ക് പേടിയില്ല." അവള് കുളികഴിഞ്ഞ് വാതിലടച്ച് കിടന്നിട്ടേ അയാൾ ബൈക്കെടുത്ത് വീട്ടിലേക്ക് പോവൂ. മിക്കപ്പോഴും രണ്ട് കപ്പ് വാറ്റ്യത് മോന്തി അവളെ ഒന്നുടച്ചിട്ടേ തിരിക്കാറുള്ളൂ എന്നതാണ് വാസ്തവം. ഇങ്ങനെയൊരു കുശിനിക്കാരി അവിടെയുള്ള കാര്യമൊന്നും ജെസിയോട് പറഞ്ഞിട്ടില്ല. ഒരു ചെക്കനുണ്ട് സഹായത്തിന് എന്നാണ് പറഞ്ഞിട്ടുള്ളത്.

കാടിന് രണ്ട് മുഖമാണ്. പുറമെ നിന്ന് നോക്കുമ്പോൾ മനോഹരം. ഉള്ളിലോ അർത്ഥഗർഭവും. മ്ലാനമായ ഹൃദയത്തെ തൃപ്തിപ്പെടുത്താൻ എപ്പോഴും കാടുതന്നെയാണ് നല്ലത്. സ്വന്തം മനസ്സിന്റെ ചത്തനാറ്റം മറ്റുള്ളവരിലേക്ക് പടരാതിരിക്കാനും സ്വയം അപഹാസ്യരാവാതിരിക്കാനും എല്ലാം കാടുകയറുന്നതുതന്നെ നല്ലത്. കാടും പെണ്ണും ഒരുപോലെയെന്നത് പണ്ടുള്ളോര് പറഞ്ഞുകേട്ടിട്ടുണ്ട്. രണ്ടിന്റെയും സൗന്ദര്യം എത്ര ആസ്വദിച്ചാലും മതിയാവില്ല. രണ്ടിന്റെയും കള്ളറകൾ എത്രയായാലും തീരുകയുമില്ല.

യോഹന്നാൻ സ്ഥലത്തെത്തിയപ്പോഴേക്കും എക്സൈസുകാർ മേരിയെ പിടികൂടിയിരുന്നു. വാറ്റിവെച്ച കലങ്ങളെല്ലാം നാലുപാടും ചിതറിക്കിടക്കുന്നത് കണ്ടു. യോഹന്നാൻ ബൈക്ക് ഒച്ചയുണ്ടാക്കാതെ സ്റ്റാന്റിൽ വെച്ച് ഒരു മരത്തിന്റെ പുറകിലൊളിച്ചു. അവർ മേരിയെയും കൊണ്ട് ജീപ്പിൽ കയറി തൊണ്ടി സാധനങ്ങളും എടുത്തുകൊണ്ട് പോയി. പിന്നീട് കുറച്ചുകാലത്തേക്ക് യോഹന്നാനെ ആരും കണ്ടില്ല. അതിനിടെ പൊലീസ് എവിടെന്നോ പൊക്കിയെന്നോ കോടതീന്ന് ജാമ്യം കിട്ടി വയനാട്ടിന് പോയെന്നൊക്കെ ആരൊക്കെയോ പറയുന്നതുകേട്ടു. പെങ്ങളൊരുത്തിയുള്ളതിനെ വയനാട്ടിലേക്കാണ് കെട്ടിച്ചു വിട്ടിട്ടുള്ളത്. എത്ര നാളെന്ന് വച്ച് ഒരു പെണ്ണ് കെട്ട്യോനെക്കാത്തിരിക്കും?

ജെസി ആണൊരുത്തനെ രാത്രി പൊരേക്കേറ്റുന്നുണ്ടെന്ന് നാട്ടിലൊരു വായ്ത്താരി പരന്നിരുന്നു. ഒട്ടും നിനച്ചിരിക്കാതെ ഒരു നട്ടുച്ചയ്ക്കാണ് യോഹന്നാൻ പുരയിലെത്തുന്നത്. തലയിലെ പേൻ നാറ്റം പോവാൻ ആര്യവേപ്പിലയിട്ട് വെള്ളം തിളപ്പിക്കാൻ ഇത്തിരി ഇലനുള്ളുകയായിരുന്നു ജെസി. കുറെനേരം പരിഭവം പറച്ചിലും കരച്ചിലും ഒക്കെയായി മൂവന്തിയായി.

യോഹന്നാന്റെ വല്യാപ്പാപ്പൻ നല്ലൊരു വെടിക്കാരനായിരുന്നു. അന്നത്തെ തോക്ക് ഇപ്പോഴും തട്ടുംപുറത്തുണ്ട്. അങ്ങോട്ട് വലിഞ്ഞ് കയറി തോക്കെടുത്ത് നന്നായൊന്ന് മിനുക്കി വെച്ചു. കെട്ട്യോൻ വന്ന സന്തോഷത്തിന് ജെസി കൂട്ടീന്ന് ഒരു താറാവിനെ പിടിച്ച് കൊന്ന് നന്നായി കുരുമുളകിട്ട് വരട്ടിയിരുന്നു.... അതുംകൂട്ടി യോഹന്നാൻ നല്ലോണം വയറുനിറച്ചുണ്ടു. അത്താഴം കഴിഞ്ഞ് മിനുക്കിവച്ച തോക്കുമെടുത്ത് ഇറങ്ങി.

നിങ്ങളിതെങ്ങോട്ടാ ഈ രാത്രീല് എന്ന് ജെസി കിണുങ്ങി. അതൊന്നും വകവയ്ക്കാതെ യോഹന്നാൻ വീണ്ടും കാടുകേറി. ഇത്തവണ കള്ളവാറ്റിനല്ല വെടിവെക്കാനാണെന്ന വ്യത്യാസം മാത്രം.

കാട് കേറി ശീലിച്ചവർക്കതൊരു പ്രലോഭനമാണ്. ആണൊരുത്തനതിൽ വീണുപോവുന്നത് അത്ഭുതമല്ല. യോഹന്നാൻ കാടുകേറിയാൽ പിറ്റേന്നേ വരൂ എന്ന് ജെസിക്കറിയാം. പിറ്റേന്ന് കൈനിറയെ പണവുമായി വന്ന കെട്ട്യോനെ നല്ലൊരു പാൽചായ കൊടുത്താണ് സ്വീകരിച്ചത്. ആഴ്ചയിലൊരിക്കൽ യോഹന്നാൻ കാടുകേറും. നല്ല വെടിയിറച്ചിയുടെ രുചിയറിഞ്ഞതിൽ പിന്നെ ജെസി കെട്ട്യോനെ അതിയായി പ്രോത്സാഹിപ്പിക്കും. പുള്ളിമാനിന്റെ ഇറച്ചിക്കാണ് കൂടുതൽ സ്വാദ്. നല്ല കുരുമുളകിട്ട് വരട്ടി വെച്ചാലുണ്ടല്ലോ രണ്ടു കുടം കള്ള് ഒറ്റയടിക്ക് മോന്തും. വെടിയിറച്ചിക്ക് ആവശ്യക്കാർ കൂടിയതോടെ യോഹന്നാന്റെ കാടുകയറൽ ഒന്നരാടം ദിവസമായി. ഫോറസ്റ്റ് ഓഫീസർമാർ പിടിക്കാതിരിക്കാൻ അവൻ അവരെയും പറ്റുകാരാക്കിയിരുന്നു. ജെസിയാണെങ്കിൽ ദിനംപ്രതി സുന്ദരിയായി വരുന്നുണ്ടായിരുന്നു. ഒടുവിൽ യോഹന്നാനില്ലാത്ത രാത്രികളിൽ ജെസിയുടെ കിടക്കപ്പായിൽ കൂപ്പു മുതലാളി ഏലിയാസാണെന്ന് നാട്ടാര് മുഴുവനറിഞ്ഞിട്ടും അവൻ മാത്രം അറിഞ്ഞില്ല.

അന്നും അത്താഴം കഴിഞ്ഞയാൾ കാടുകേറി. ഫോറസ്റ്റ് ഓഫീസ് കഴിഞ്ഞ് ഒരു ഫർലോങ് മുന്നോട്ട് പോയിട്ടുണ്ടാകും. മുൾപ്പടർപ്പിനിടയിൽ രണ്ട് കണ്ണുകൾ. യോഹന്നാൻ നിലത്ത് കമിഴ്ന്നുകിടന്ന് ഇരയെ ലക്ഷ്യമാക്കി കാഞ്ചി വലിച്ചു. തുടയ്ക്ക് വെടികൊണ്ടു എന്ന് മനസ്സിലായി. വെടി കിട്ടിയതും അത് മുൾപ്പടർപ്പിനിടയിലൂടെ ഓടി. കരച്ചിൽ കേട്ട ഭാഗത്തേക്ക് യോഹന്നാനും ഓടി. നാല് ചാട്ടത്തിന് കരിമ്പുഴയിൽ ചാടി നീന്തി അത് അക്കരെ കേറി. ഏത് മൃഗമാണെന്നുപോലും തിരിച്ചറിയാൻ കഴിഞ്ഞില്ല.

അയാൾക്ക് ഒരു മടുപ്പു തോന്നി. എന്തോ ഒരു പിടിപ്പില്ലായ്മ. ഇന്നിനി വയ്യ. ഒരു വെടിക്കാരന് ഉന്നം തെറ്റാൻ പാടില്ലാത്തതാണ്. കൈയിലുണ്ടായിരുന്ന ചാരായം ഒറ്റ മോന്തിന് തീർത്തു. ബൈക്കെടുത്ത് ഏറ്റവും വേഗതയിൽ കാടിറങ്ങി. മുറ്റത്ത് ബൈക്ക് നിർത്തിയപ്പോഴേക്കും വീട്ടിനുള്ളിൽനിന്ന് ഒരു രൂപം പുറകിലെ റബ്ബർ എസ്റ്റേറ്റിലേക്ക് ഓടി മറയുന്നത് അബോധാവസ്ഥയിലെന്നതുപോലെ അയാൾ കണ്ടു. തോക്കെടുത്ത് ഇടതു തോളിൽ പിടിച്ച് രൂപത്തിന് നേരെ കാഞ്ചി വലിച്ചു. വെടിയുണ്ട എവിടെയോ കൊണ്ടിട്ടുണ്ട്. കർത്താവേ... എന്നൊരു വിളി കേട്ടു. വീണിടത്തുനിന്ന് എഴുന്നേറ്റോടുന്ന രൂപത്തിന് പിന്നാലെ അയാൾ കുതിച്ചു. എസ്റ്റേറ്റിനപ്പുറം പുഴയാണ്. കയ്യെത്തിയെന്നായപ്പോഴേക്കും അത് പുഴയിൽ ചാടി എങ്ങോ നീന്തി മറഞ്ഞു.

എവിടെയാണ് ഉന്നം പിഴച്ചത്? കാടിനെയും പെണ്ണിനെയും ഉറക്കത്തിൽ പോലും വിശ്വസിക്കരുതെന്ന് കാർന്നോന്മാർ പറയുന്നത് കേട്ടിട്ടുണ്ട്. വേട്ടമൃഗം നഷ്ടപ്പെട്ട വേട്ടക്കാരന്റെ കിതപ്പ്.... അമർഷവും ആത്മനിന്ദയും കലർന്ന മുരൾച്ചയോടെ അയാൾ തോക്ക് അടുത്തുള്ള പാറക്കൂട്ടത്തിനിടയിലേക്ക് വലിച്ചെറിഞ്ഞു. കെട്ടിയവളെ വെടിവെച്ചു കൊന്നവന്റെ പരമ്പരയെന്ന ചീത്തപ്പേര് വരുംതലമുറയ്ക്ക് വരാതിരിക്കാൻ അയാൾ ആ പാറയിൽ മലർന്നു കിടന്നു. നിസ്സഹായത അയാളിലെ പൗരുഷത്തെ വ്രണപ്പെടുത്തി. അയാൾ ഉറക്കെ അലറിക്കരഞ്ഞു. അത് ദയനീയമായ ആത്മനിന്ദയുടെ ഉച്ചസ്ഥായിയിലുള്ള ആവിഷ്കാരമായി അവിടമാകെ അലയടിച്ചു.

നാദിയയുടെ സിറിയ

ഉണർന്നിരിക്കുമ്പോഴും ഉറങ്ങുമ്പോഴും നാദിയയുടെ മനസ്സ് മണലാരണ്യങ്ങൾക്കിടയിലൂടെ ഒരുപ്പോക്ക് പോവുകയാണ്. ലക്ഷക്കണക്കിന് സിറിയൻ അഭയാർത്ഥികൾ ലോകം മുഴുവൻ ചിതറിക്കിടക്കുകയാണ്. ജോർദാനിലും തുർക്കിയിലും ഗ്രീസിലും ജർമ്മനിയിലുമെല്ലാം കഴിയുന്ന അഭയാർത്ഥിക്കൂട്ടങ്ങൾക്കിടയിൽ എവിടെയോ സ്വന്തം ഉപ്പയും ഉമ്മയും സഹോദരങ്ങളും ഉണ്ടെന്നവൾ വിശ്വസിക്കാൻ ശ്രമിക്കാറുണ്ട്. ചിലപ്പോൾ അവൾ സ്വയം തിരുത്താറുണ്ട്. അല്ല അവർ സിറിയയിൽ തന്നെയാവും ഉണ്ടാവുക. ഇപ്പോൾ ടി വിയിലെ ഒരു ചാനലിൽ തുർക്കിയിലെ ഏതോ അഭയാർത്ഥി ക്യാമ്പാണ് കാണിക്കുന്നത്. സ്വന്തം വ്യക്തിത്വം ആരുടെയൊക്കെയോ മുന്നിൽ അടിയറവ് വെച്ച് സ്വന്തം അഭയാർത്ഥികളെന്ന് മുദ്രകുത്തപ്പെട്ട ഈ ദയനീയ മുഖങ്ങൾക്ക് പുറകിലൊളിപ്പിച്ച മനസ്സ് നിങ്ങൾ ഏത് ക്യാമറയിലൂടെയാണ് വെളിച്ചത്തു കൊണ്ടുവരുക? അവൾ മനസ്സിൽ ചോദിച്ചു. ഓരോ അഭയാർത്ഥിയും കാലത്തിന്റെ കണ്ണാടിയാണ്. നിങ്ങളുടെ നിദ്രകളിൽ പലായനം ചെയ്യുന്ന ഓരോ അഭയാർത്ഥിയും ഭീകര സത്വങ്ങളായി കടന്നുവരും. അവർക്ക് നഷ്ടപ്പെട്ടതെല്ലാം നിങ്ങളോട് ചോദിച്ചുകൊണ്ടേയിരിക്കും. നിങ്ങൾക്ക് മറുപടിയുണ്ടാവുമോ?

ഇടയ്ക്ക് കുഞ്ഞുണർന്ന് കരഞ്ഞപ്പോഴാണവൾ പാൽ തീർന്നുപോയല്ലോ എന്നോർത്തത്. പാലുണ്ടായിരുന്നത് തൈരുണ്ടാക്കാനായി ഉറയൊഴിച്ചിരുന്നു. ഇന്നു വൈകുന്നേരത്തേക്ക് കുറച്ചധികം ലസ്സിയുടെ ഓർഡർ ഉണ്ടായിരുന്നു. അല്പം കട്ടൻചായ ബോട്ടിലിലൊഴിച്ച് നിപ്പിൾ ഉറപ്പിച്ച് അവൾ കുഞ്ഞിന് നല്കി. എന്നാണ് ഈ താമസിക്കുന്ന ഒറ്റമുറിയും ഒഴിഞ്ഞ് കൊടുക്കേണ്ടി വരികയെന്നവൾക്കറിയില്ല. ഭർത്താവ് അബു ഈജിപ്തുകാരനാണ്. അയാളും അഭയാർത്ഥി തന്നെ. നാട്ടിൽ

ഭാര്യയും മക്കളുമുണ്ടയാൾക്ക്. അവരിപ്പോൾ എവിടെയാണെന്നൊന്നും അയാൾക്ക് തിട്ടമില്ല. മകൾക്കിപ്പോൾ കല്യാണപ്രായമായിക്കാണും. ആരും കാണാതെ അയാൾ നെഞ്ചിലെ നരച്ച രോമങ്ങൾ തടവിയിരിക്കുന്നത് പലപ്പോഴും അവൾ കണ്ടില്ലെന്ന് നടിക്കാറുണ്ട്. ഒരു തിരിച്ചുപോക്ക് എല്ലാവരും ആഗ്രഹിക്കുന്നു എന്നതാണ് സത്യം. തിരിച്ചു ചെല്ലുമ്പോൾ സ്വീകരിക്കാൻ അവിടെ ആരെങ്കിലും ഉണ്ടാവുമോ എന്നൊന്നും ആർക്കും ഒരു വിവരവുമില്ല. അബുവിന് അറബിയുടെ ഈന്തപ്പനത്തോട്ടത്തിലാണ് ജോലി. ചിലപ്പോഴൊക്കെ ഒട്ടകങ്ങളെമേയ്ക്കുന്ന ജോലിക്കും പോവാറുണ്ട്. റമദാൻ മാസം തുടങ്ങിയതിൽപിന്നെ നോമ്പുതുറയ്ക്കുള്ള വിഭവങ്ങൾ ഉണ്ടാക്കാൻ ഓർഡർ കിട്ടുന്നുണ്ട് നാദിയയ്ക്ക്. കിട്ടുന്ന പണമെല്ലാം സ്വരുക്കൂട്ടി നാട്ടിൽ പോയി ജീവിക്കുന്നതവൾ സ്വപ്നം കാണാൻ തുടങ്ങിയിട്ടേറെയായി.

നാദിയയുടെ കുടുംബം സിറിയയിലായിരുന്നു. സിറിയൻ സേനയും വിമതരും തമ്മിലുള്ള യുദ്ധം തീവ്രമായതോടെയാണ് സ്വന്തം നാടും വീടും സ്വത്വവും വരെ ഉപേക്ഷിച്ചുള്ള കൂട്ടപ്പലായനം ആരംഭിച്ചത്. അഭയാർത്ഥികളെന്ന വിളിപ്പേരിൽ ലോകമാകെയുള്ള രാജ്യങ്ങളിൽ അഭയം തേടിപ്പോവുകയാണവർ. ഉറ്റവരെയും ഉടയവരെയും നഷ്ടപ്പെട്ടവർ. പലായനമല്ലാതെ അവർക്ക് മാർഗ്ഗമില്ല. നാദിയയുടെ ഉപ്പയും ഉമ്മയും സിറിയയിൽ നിന്ന് മറ്റേതെങ്കിലും രാജ്യങ്ങളിലേക്ക് അഭയം തേടിപ്പോയിട്ടുണ്ടോയെന്നവൾക്കറിയില്ല. എങ്കിലും ഉച്ചയുറക്കങ്ങൾക്കിടയിൽ ഉമ്മയുടെ തൊലി ചുളുങ്ങിയ മെല്ലിച്ച കൈവിരലുകൾ അവളുടെ മുടിയിഴകളും നെറ്റിയും തലോടാറുണ്ട്. ഉപ്പയുടെ നനവൂറിയ വാത്സല്യം കിനിയുന്ന കണ്ണുകളും സഹോദരിമാരുടെ കളിചിരികളുമെല്ലാം അവൾ വേദനയോടെ ഓർക്കും. എന്നെങ്കിലുമൊരിക്കൽ അതിർത്തികൾ കടന്ന് സിറിയയുടെ മടിത്തട്ടിലെത്തുമെന്നുതന്നെ അവൾ വിശ്വസിച്ചു.

ഉറങ്ങിക്കിടന്ന ഒരു രാത്രിയിൽ സിറിയൻ ആഭ്യന്തര കലാപത്തിന്റെ ഭാഗമായി അപ്രതീക്ഷിതമായി നടന്ന ഷെല്ലാക്രമണത്തിൽ വിരണ്ടോടിയവരുടെ കൂട്ടത്തിൽ നാദിയയും ഉണ്ടായിരുന്നു. പരിഭ്രമത്തിലും പേടിയിലും അമർന്നുപോയവർ ഉറ്റവരും ഉടയവരും കൂടെയുണ്ടോ എന്നൊന്നും നോക്കാതെ എങ്ങോട്ടൊക്കെയോ ചിതറപ്പെടുകയായിരുന്നു. ആരൊക്കെയാണ് മരിച്ചവരെന്നോ ആർക്കൊക്കെയാണ് പരിക്കേറ്റതെന്നോ ആർക്കും ഒരു രൂപവുമില്ല. ഏതോ ഒരു അഭയാർത്ഥി ക്യാമ്പിൽ വച്ചാണ് ഈജിപ്തുകാരനായ അബുവിനെ അവൾ പരിചയപ്പെടുന്നതും വിവാഹം കഴിക്കുന്നതും. യുദ്ധത്തിന്റെ കെടുതികൾ എപ്പോഴും വേട്ടയാടുന്നത് സാധാരണ ജനങ്ങളെയാണ്. ഭക്ഷണവും മരുന്നും വെള്ളവുമെല്ലാം അവർക്കൊരു വെല്ലുവിളിയാണ്. നാദിയ ചിന്തകളിൽനിന്നുണർന്നു. പലഹാരങ്ങൾ ഉണ്ടാക്കുന്ന തിരക്കിൽ മുങ്ങി. നോമ്പ് തുറക്കുന്നതിന്റെ അരമണിക്കൂർ മുന്നെയെങ്കിലും സാധനങ്ങൾ ആവശ്യക്കാരുടെ പക്കൽ എത്തിക്കണം.

എന്നു മുതലാണ് നാദിയ തന്റെ മനസ്സിൽ കയറിക്കൂടിയതെന്ന് മുസാഫിറിന് ഓർമ്മയില്ല. എങ്കിലും ഒന്നറിയാം അവളുണ്ടാക്കുന്ന വിഭവങ്ങൾക്കെല്ലാം വല്ലാത്തൊരു രുചിയുണ്ട്. വീട്ടിൽ ഭക്ഷണമുണ്ടാക്കിത്തരാൻ ആളില്ലാത്ത പ്രവാസികൾക്ക് ഇങ്ങനെ കുറഞ്ഞ വിലയ്ക്ക് പലഹാരങ്ങൾ വലിയൊരനുഗ്രഹമാണ്. മുസാഫിർ സൗദിയിലെ ഒരു പത്രത്തിൽ പ്രവർത്തിക്കുകയാണ്. കൂടെ നല്ലൊരു എഴുത്തുകാരനും കൂടിയാണ്. തന്റെ അടുത്തകഥയിലെ നായിക നാദിയ തന്നെ എന്നയാൾ ഉറപ്പിച്ചു. അവൾ വരുമ്പോഴൊക്കെ അവളെപ്പറ്റിയുള്ള കാര്യങ്ങൾ ചോദിച്ച് മനസ്സിലാക്കാറുണ്ടയാൾ. സിറിയൻ കലാപത്തിന്റെ പശ്ചാത്തലത്തിൽ ഇത്തരത്തിലൊരു വെള്ളാരങ്കണ്ണുകളുള്ള സുന്ദരി തന്റെ കഥാനായികയാവുന്നതിൽ അയാൾ അഭിമാനിച്ചു. ഒരു കഥാകൃത്തിനോടാണ് തന്റെ ജീവിതകഥ പറയുന്നത് എന്ന് മനസ്സിലാക്കിയപ്പോൾ മുതൽ അവൾക്ക് മുസാഫിറിനോട് വല്ലാത്ത ഒരു ആരാധനയാണ്. ഇതൊക്കെ കഥയാവുമോ നാലാളറിയുമോ എന്നൊക്കെയോർത്ത് അവൾ നാണിച്ചു. എന്താണെന്നറിയില്ല. ഒരു ദിവസം അബുവിനെക്കുറിച്ച് ചോദിച്ചപ്പോൾ അവളുടെ കണ്ണുകൾ നിറഞ്ഞു. അയാളിപ്പോൾ അവളുടെ കൂടെയില്ലേ എന്ന് മുസാഫിർ ശങ്കിച്ചു. പിന്നീടതിനെപ്പറ്റിയൊന്നും ചോദിച്ചില്ല. അയാൾക്ക് അവളെക്കാൾ നല്ല പ്രായമുണ്ട്. കാഴ്ചയ്ക്ക് ഉപ്പയും മകളുമാണെന്നേ തോന്നുകയുള്ളൂ.

തന്നോട് സംസാരിക്കുമ്പോൾ അവളുടെ കണ്ണുകളിൽ വല്ലാത്തൊരു പ്രണയഭാവം സ്ഫുരിക്കുന്നത് മുസാഫിർ കണ്ടിരുന്നു. വിവാഹിതനാണെങ്കിലും ഇടയ്ക്കെപ്പോഴൊക്കെയോ തന്റെ മനസ്സ് ചഞ്ചലപ്പെടുന്നുവെന്ന് മുസാഫിർ ഓർത്തു.

ഒരിക്കൽ അവൾ പലഹാരങ്ങളുമായി എത്തിയ സമയം ടിവിയിൽ ബ്രേക്കിങ് ന്യൂസ് കാണിക്കുകയായിരുന്നു. പൗരത്വഭേദഗതി ബിൽ പ്രാബല്യത്തിൽ വന്നുവെന്നും ഓരോ അന്യനാട്ടുകാരനും സ്വന്തം നാട്ടിലേക്ക് തിരിച്ചു പോവേണ്ടിവരുമെന്നുള്ള കാര്യവും നിശ്ചയമാണെന്നും. അവളുടെ കണ്ണുകൾ നിറഞ്ഞുതുളുമ്പുന്നത് കണ്ടു. ചുണ്ടുകൾ എന്തോ പറയാൻ വെമ്പുന്നതുപോലെ. അവളെയൊന്ന് ചേർത്തുപിടിക്കാനും കണ്ണിലെ വേദന ഒപ്പിയെടുക്കാനും വല്ലാതെ ആഗ്രഹിച്ചു.

വിജനമായ മരുഭൂമിയിൽ ഒറ്റയ്ക്കായതുപോലെയാണവൾക്ക് തോന്നിയത്. എന്നും അവളാഗ്രഹിച്ചത് സ്വന്തം നാട്ടിലെ ശുദ്ധവായുവാണ്. എങ്കിലും കുഞ്ഞിനെയുംകൊണ്ട് എങ്ങോട്ട് ഇറങ്ങി നടക്കണമെന്നവൾക്കറിയില്ല. അഭയാർത്ഥിക്കൂട്ടങ്ങൾക്കിടയിൽ ഒരു പൊട്ടായി താനും അവശേഷിക്കുമോ? സ്വപ്നങ്ങളിൽ തന്നെ മാടി വിളിക്കാറുള്ള സിറിയയിലേക്ക് മരുക്കാറ്റിൽ ആടിയുലയാതെ തനിക്ക് എത്തിച്ചേരാനാവുമോ? അവൾ മുട്ടുമടക്കി തറയിലെ തണുപ്പിലിരുന്നു. മുസാഫിർ താഴെയിരുന്ന് അവളുടെ ചുരുണ്ടിടതൂർന്ന മുടിയിഴകളിൽ തലോടി. ഓമലേ... നീയാരാണ്? എനിക്ക് നിന്നോട് തോന്നുന്ന അത്യഗാധമായ പ്രണയം എത്ര

മാത്രം പ്രാചീനമാണ്? നമ്മളായിരുന്നില്ലേ.. ആദമും ഹവ്വയും. ആ നിഷ്കളങ്ക പ്രണയത്താൽ വിവശനാവുകയാണ് പ്രിയേ ഞാൻ. മുസാഫിർ അവളുടെ കാതുകളിൽ മൊഴിഞ്ഞു. അവളുടെ കണ്ണുകളിൽനിന്ന് കണ്ണുനീർ കുടുകുടാ ഒഴുകിയിറങ്ങി. മുസാഫിർ അത്യന്തം ആർദ്രതയോടെ അവളുടെ കണ്ണുകളിലും കഴുത്തിലും ചുംബിച്ചു. അവളുടെ മുലക്കണ്ണുകൾ വിജൃംഭിച്ചു. അത്തർ മണക്കുന്ന മുലകളിലൂടെ അവന്റെ ചുണ്ടുകൾ എന്തിനോ പരതി. ആ സ്പർശനമേറ്റപ്പോൾ അന്നോളം അനുഭവിച്ചിട്ടില്ലാത്ത അനുഭൂതിയിൽ അവളുടെ ശരീരം ഒന്നാകെയുലഞ്ഞു. ഒതുങ്ങിക്കിടന്നിരുന്നതെല്ലാം തടയണ ഭേദിച്ച് ഒഴുകിയിറങ്ങി. ആ പ്രണയക്കടലിൽ ഇരുവരും ഒന്നായിയൊഴുകി. കൊടുങ്കാറ്റിലും പേമാരിയിലും പെട്ട രണ്ടു ശരീരങ്ങൾ ഇന്നോളം എത്തിപ്പെടാത്ത ഏതോ തീരത്ത് കിതച്ചണഞ്ഞു. കിതപ്പാറിയപ്പോൾ ആകെ നനഞ്ഞുപോയ തന്റെ ഉടൽ ചുരുട്ടിയെടുത്ത് മൂകമായി അവൾ പുറത്തെ ഇരുട്ടിലേക്കിറങ്ങി നടന്നു. മുസാഫിർ പുലരുവോളം തിരിച്ചുപോരാനാവാതെ ഏതോ ഉന്മാദത്തിന്റെ ഉച്ചിയിലായിരുന്നു.

ഒന്നുരണ്ട് മാസത്തോളം ജോലി സംബന്ധമായി മുസാഫിറിന് ദൂരെ പോകേണ്ടി വന്നു. ആയിടയ്ക്കാണ് സംഗതികൾ അതിതീവ്രമായത്. ഭൂരിഭാഗം അഭയാർത്ഥികളും സ്വന്തം നാടുകളിലേക്ക് പലായനം ചെയ്യുന്ന സ്ഥിതിവിശേഷമാണ് പിന്നീട് കണ്ടത്. സ്ഥിതിഗതികൾ ഒന്നയഞ്ഞതിന് ശേഷമാണ് മുസാഫിറിന് തിരിച്ചെത്താൻ സാധിച്ചത്. തൊട്ടടുത്ത ഫ്ളാറ്റിലെ ഇസ്മായിലിനോട് നാദിയയെപ്പറ്റി അന്വേഷിച്ചു. നാദിയ എവിടെപ്പോയെന്നോ അബുവിനെന്ത് സംഭവിച്ചെന്നോ ഒന്നും ആർക്കും അറിയില്ലായിരുന്നു. ടി വിയിൽ ആളുകളുടെ കൂട്ടുംകൂട്ടമായുള്ള പലായനത്തിന്റെ ദൃശ്യങ്ങളാണ്. അഭയാർത്ഥിക്യാമ്പുകളിലെ കണ്ണീരുണങ്ങിയ മുഖങ്ങളുടെയും പലായനത്തിന്റെയും ദാരിദ്ര്യവും പോഷകക്കുറവും കൊണ്ട് മെല്ലിച്ച കുഞ്ഞുങ്ങളുടെയും ചിത്രങ്ങളാണ് എവിടെയും. അഭയാർത്ഥികൾ കൂട്ടംകൂട്ടമായി സ്വന്തം നാടുകളിലേക്ക് ഒഴുകുകയാണ്. അതിർത്തികളിൽ നിന്നുപോലും തുരത്തപ്പെടുന്ന ഇവർ അനാദികാലങ്ങളായി അലയാൻ വിധിക്കപ്പെട്ടവരാണ്. തോളിലും തലയിലും ഭാണ്ഡങ്ങളും ഒക്കത്ത് കൈക്കുഞ്ഞുങ്ങളും പുറകെ വളർത്തുമൃഗങ്ങളുമായി ഓരോ ഗ്രൂപ്പുകളായി നടന്നുനീങ്ങുന്ന ദൃശ്യങ്ങൾ. കാലാവസ്ഥാ വ്യതിയാനങ്ങൾ, പ്രകൃതിക്ഷോഭങ്ങൾ, സാമൂഹികാക്രമണങ്ങൾ, പട്ടിണിയും ക്ഷാമവും ഇവയെല്ലാം പലായനങ്ങൾക്ക് കാരണമാവാം.

ആ കൂട്ടത്തിൽ നാദിയയും കുഞ്ഞും ഉണ്ടാവുമോ? അതോ ചുട്ടുപൊള്ളുന്ന മണൽക്കാറ്റിൽ തൊണ്ടവരണ്ട് അവസാനിച്ചിട്ടുണ്ടാവുമോ? എന്തായാലും സിറിയയിലെ അമ്മക്കാറ്റ് അവളുടെ മുടിയിഴകളിൽ തലോടുന്നുണ്ടാവണം. അന്ന് നിദ്രയുടെ ഇടവേളകളിലെപ്പോഴോ നാദിയ വന്ന് മൊഴിഞ്ഞു.

“മുസാഫിർ... നീയെന്റെ കാമുകൻ അനാദികാലം മുതലേ നമ്മൾ

പ്രണയിക്കുകയായിരുന്നില്ലേ? നിന്റെ ഓരോ രോമകൂപങ്ങളിലും എന്റെ പ്രണയക്കടൽ ഞാൻ ഒളിപ്പിച്ചുവച്ചിട്ടുണ്ട്. ആ പ്രണയം വിയർപ്പായി ഉപ്പു കടലായി എന്നിലേക്കൊഴുക്കൂ... ഞാനാ പ്രണയപ്രപഞ്ചത്തിൽ മുങ്ങി ശ്വാസംകിട്ടാതെ ഒന്ന് മരിച്ചോട്ടെ. നിന്റെ ശബ്ദത്തിന്റെ ഫ്രീക്വൻസി യിൽപോലും എന്റെ ഉടൽ പിടിവിട്ട് ആടിയുലയുകയാണ്. എന്റെ കപ്പി ത്താനാവുക നീ... നിയന്ത്രണം കിട്ടാത്ത ഈ നൗക നിന്റെ കൈകളിൽ സുരക്ഷിതമാക്കൂ... ഇനിയേത് ജന്മത്തിലാണ് നീയും ഞാനും ഒരുമിച്ച് പെയ്യുക?..... അറിയില്ല. എനിക്ക് വിട തരുക പ്രിയനേ..."

കർഫ്യൂ

ഭോലാറാം പതിവുപോലെ പുലർച്ചെ ഉണർന്നു. സുഹൃത്തുക്കളും ബന്ധുക്കളുമെല്ലാം ഒരാഴ്ച മുന്നേതന്നെ കിട്ടിയ ട്രെയിനുകളിൽ നാട്ടിലേക്ക് തിരിച്ചിരുന്നു. തനിക്ക് പോവാൻ ഇടമില്ലാതെയല്ല. പോയിട്ട് വലിയ കാര്യമൊന്നുമില്ല. അത്രയും സ്നേഹത്തോടെ സ്വീകരിക്കാൻ നാട്ടിൽ ആരുംതന്നെയില്ല. ഇനിയും ഇവിടെ നില്ക്കുന്നതിൽ വലിയ കാര്യമൊന്നും ഇല്ലായെന്നും ഇനിയുമുള്ള നാളുകളിൽ ജോലിയുണ്ടാവാനുള്ള സാദ്ധ്യതയില്ലായെന്നും കേൾക്കുന്നു. കൂടാതെ സുരക്ഷാ പ്രശ്നങ്ങളുമായി ബന്ധപ്പെട്ട് രാജ്യത്തുള്ള സംസ്ഥാനങ്ങൾ മൊത്തം അടച്ചിടാനുള്ള തീരുമാനം വഴിയെ വരുമെന്നൊക്കെ പലരും പറയുന്നത് കേട്ടതുമാണ്. ഇപ്പോൾത്തന്നെ ട്രെയിൻ സർവ്വീസുകൾ പലതും നിർത്തലാക്കിയിട്ടുണ്ടത്രെ.

ചൊറിഞ്ഞ് പൊട്ടി ചലമൊലിക്കുന്ന മന്തുകാൽവെച്ച് നടക്കാൻ വലിയ ബുദ്ധിമുട്ടാണ്. പുലർച്ചെ അഞ്ച് മണിക്കുതന്നെ കിടക്കുന്ന പീടികത്തിണ്ണയിലേക്ക് ആവി പറക്കുന്ന ഒരു ഗ്ലാസ് ചായ തൊട്ടപ്പുറത്തെ ചായക്കടക്കാരൻ അയമോട്ടിക്ക എത്തിച്ചുതരാറുണ്ട്.

ഇന്ന് അതും കിട്ടിയിട്ടില്ല. കൊതുക് കടിച്ച് തിണർത്ത മന്തുകാൽ ചൊറിഞ്ഞുകൊണ്ട് ഭോലാറാം നിരത്തിലേക്ക് നോക്കി. ഒരു മനുഷ്യജീവിപോലും ഇല്ല. സാധാരണ ഈ സമയത്ത് നടത്തക്കാരെക്കൊണ്ട് റോഡ് നിറയാറുണ്ട്. തലേന്ന് ആരൊക്കെയോ പറഞ്ഞിരുന്നതോർത്തു. ഇന്നലെ അർദ്ധരാത്രി മുതൽ ഇരുപത്തിനാല് മണിക്കൂർ കർഫ്യൂ ആണെന്ന്. ലോകം മുഴുവൻ ഒരു മഹാമാരി വിഴുങ്ങാൻ തുടങ്ങിയിരിക്കുന്നു. ഏതോ വൈറസിനെ തുരത്താൻ ആളുകൾ തമ്മിലുള്ള സമ്പർക്കം പരമാവധി ഒഴിവാക്കാനുള്ള മാർഗ്ഗമാണത്രെ. എല്ലാവരും സ്വയരക്ഷയ്ക്ക്

വേണ്ടി വീട്ടിനുള്ളിൽത്തന്നെ ഇരിക്കണമെന്നാണ് കല്പന.

അത് കേട്ടപ്പോൾ ഭോലാറാമിന് ചിരിവന്നു. വീടുള്ളവനല്ലേ വീട്ടിനുള്ളിൽ ഇരിക്കാൻ പറ്റുകയുള്ളൂ. അതില്ലാത്തവൻ എന്തുചെയ്യും?

ജില്ലകളിൽ നൂറ്റി നാല്പത്തി നാല് പ്രഖ്യാപിച്ചിട്ടുണ്ടെന്നും കേട്ടു. സാധാരണ യുദ്ധകാലങ്ങളിലാണ് അടിയന്തരാവസ്ഥ പ്രഖ്യാപിക്കാറുള്ളത് എന്ന് ഭോലാറാം ഓർമ്മിച്ചു. കഴിഞ്ഞ ദിവസങ്ങളിൽ കടകളിൽ നല്ല തിരക്കായിരുന്നു. ആളുകൾ സാധനങ്ങൾ വാങ്ങിക്കൂട്ടുകയാണ്. എന്തോ വലിയൊരു വിപത്ത് വരാനിരിക്കുന്ന ഭാവമായിരുന്നു എല്ലാവരുടെയും കണ്ണുകളിൽ. ഇന്നിനി പട്ടിണി തന്നെ. ഭോലാറാം ചിന്തിച്ചു ജടപിടിച്ച മുടി തടവി ഒരു കാൽ മടക്കിവെച്ച് മന്തുകാൽ ഒന്നുകൂടി നിവർത്തിവെച്ച് ചുമരിൽ ചാരിയിരുന്നു.

ഒരാഴ്ച മുൻപ് നാഥുറാം പറഞ്ഞതാണ് നമുക്കിനിയിവിടെ നില്ക്കാതെ നാട്ടിൽ പോവുന്നതാവും നല്ലതെന്ന്. എല്ലായിടത്തും അസുഖം പടർന്നു പിടിക്കുകയാണ്. നാട്ടിൽ പോയിട്ടെന്താണ്? അവിടെ ചെന്നിട്ടെന്ത് ചെയ്യാനാണ്? ബംഗ്ലാദേശിന്റെയും ആസ്സാമിന്റെയും അതിർത്തിയിലായിരുന്നു വീട്. കുറച്ച് ദിവസങ്ങൾക്കു മുന്നെയാണ് ഇന്ത്യൻ പൗരന്മാരല്ലാത്തവർ ഇന്ത്യ വിട്ടുപോവണമെന്ന പൗരത്വബിൽ ഇന്ത്യാ ഗവൺമെന്റ് പാസാക്കിയത്. അന്നേ നാഥുറാമും ടിക്കാറാമും പറഞ്ഞിരുന്നു, നമ്മളൊക്കെ ഇവിടന്ന് പോവേണ്ടിവരുമെന്ന്. താൻ ബംഗ്ലാദേശുകാരനാണോ ഇന്ത്യാക്കാരനാണോ എന്ന് ഭോലാറാമിനുതന്നെ തിട്ടമില്ല. പൗരത്വം തെളിയിക്കാൻ ഏത് രേഖയാണ് ഹാജരാക്കേണ്ടതെന്നും അറിയില്ല. ഒന്നുമാത്രമറിയാം, ഇരുപത് കൊല്ലമായി ഇവിടെയാണ് താമസിക്കുന്നത്.

ഭാര്യയും നാല് മക്കളുമുള്ള സന്തുഷ്ട കുടുംബമായിരുന്നു ഭോലാറാമിന്റേത്. അവളെ ശാദിചെയ്ത നാളുകൾ അയാൾ നാണത്തോടെ ഓർത്തു. പുറംപോക്കിലെ ചായ്ച്ചുകെട്ടിയ കുടിലായിരുന്നെങ്കിലും അന്നന്നത്തെ അന്നത്തിനുള്ള വകയായിരുന്നെങ്കിലും ആഹ്ലാദം അലതല്ലിയിരുന്ന നാളുകളായിരുന്നു അത്.

ഗ്രാമത്തിൽ യജമാനന്റെ ചെമ്മരിയാടുകളെ മേയ്ക്കലായിരുന്നു തൊഴിൽ. കണ്ണെത്താദൂരത്തോളം പരന്നുകിടക്കുന്ന ചോളവയലുകൾ കുന്നിൻചരിവിൽ ആടുകളെ മേയ്ക്കാൻ വിട്ട് ഏതെങ്കിലും മരച്ചുവട്ടിലിരുന്ന് മനോരാജ്യം കാണും. ആടുകൾ കൺവെട്ടത്തുതന്നെ ഉണ്ടെന്ന് ഉറപ്പുവരുത്തണം. കൂട്ടത്തിൽ ഏതെങ്കിലും നഷ്ടപ്പെട്ടാൽ അതിന്റെ വില കൊടുക്കേണ്ടി വരും. രൂപ കൈയിലില്ലാത്തതിനാൽ അതിന്റെ വിലയ്ക്കും കൂടി ശമ്പളമില്ലാതെ പണിയെടുക്കേണ്ടി വരും. മക്കളാവുന്നതുവരെ അവളുംകൂടെ വരാറുണ്ടായിരുന്നു. ഉച്ചയ്ക്കുള്ള ഭക്ഷണം തൂക്കുപാത്രത്തിലെടുത്താണ് സാധാരണയായി പോവാറുള്ളത്. ആ ദിനങ്ങൾ എത്രമാത്രം മനോഹരമായിരുന്നു! പ്രണയത്തിന്റെയും പരസ്പരം അറി

യുന്നതിന്റെയും അനുഭൂതിയിലായിരുന്നല്ലോ ഇരുവരും.

ആയിടയ്ക്കാണ് ചെറുപ്പക്കാരെല്ലാം കേരളത്തിലേക്ക് തീവണ്ടി കയറുന്നതായി കേട്ടത്. നല്ല ആരോഗ്യമുള്ള സമയമായിരുന്നതുകൊണ്ടും കാശുണ്ടാക്കാനുള്ള വലിയ ആഗ്രഹംകൊണ്ടും അവരുടെകൂടെ വണ്ടികയറിയതാണ്. സ്വന്തമായൊരു വീടും പറമ്പും സ്വപ്നമായിരുന്നു. ആദ്യകാലങ്ങളിൽ നല്ല ജോലിയും ശമ്പളവുമായിരുന്നു. അന്നന്ന് കിട്ടുന്ന പണത്തിൽനിന്ന് ആവശ്യത്തിനെടുത്ത് ബാക്കി ഭാര്യയുടെ പേരിലുള്ള അക്കൗണ്ടിലിടും. മക്കളുടെ വിദ്യാഭ്യാസം നല്ല നിലയിൽ നടത്തി. സ്വന്തമായി ഒരു വീടും പറമ്പും കരസ്ഥമാക്കി. ഓരോ കൊല്ലവും ഒരു മാസം ലീവെടുത്ത് നാട്ടിൽ പോയി കുടുംബത്തോടൊപ്പം നില്ക്കും. ആൺമക്കളെയും പെൺമക്കളെയും നല്ല രീതിയിൽ വിവാഹം കഴിപ്പിച്ചു. രണ്ടു മക്കൾ സർക്കാർ ജോലിക്കാരുമായി. ആയിടയ്ക്കാണ് അപശകുനം പോലെ ഒരു മാറാവ്യാധി വന്ന് അവൾ തന്നെവിട്ടുപോയത്. അതോടെ രാശി മാറുകയായിരുന്നു. അവസാനത്തെ തവണ നാട്ടിൽ പോയത് അഞ്ചു വർഷം മുന്നെയാണ്. അന്ന് മക്കളുടെയും മരുമക്കളുടെയും സമീപനം വളരെ മോശമായിരുന്നു. പിന്നീടങ്ങോട്ട് പോവാൻ തോന്നിയിട്ടില്ല. പോരാത്തതിന് കാലിന് സുഖമില്ലാതാവുകയും ചെയ്തു. ജോലി ചെയ്യാൻ വയ്യാതെ ഭൂമിക്കൊരു ഭാരമായിക്കഴിയാൻ തുടങ്ങിയിട്ട് കുറച്ചായി. ദിവസവും ആരെങ്കിലും ദയാപൂർവ്വം നീട്ടുന്ന ഭക്ഷണം കഴിച്ചാണ് ജീവൻ നിലനിർത്തുന്നത്.

ഭോലാറാം ചിന്തകളിൽ നിന്നുണർന്നു. യൂണിഫോമിട്ട രണ്ടു പൊലീസുകാർ അടുത്തേക്ക് വരുന്നു.

"എന്താ ഭോലാറാം നാട്ടിൽ പോയില്ലേ" ഒരാൾ കുശലം ചോദിച്ചു.

"നഹിം സാബ്, ഈ കാൽവെച്ച് നാട്ടിൽ പോവാനൊന്നും വയ്യ."

"ഭോലാറാം ഇന്നൊന്നും കഴിച്ചിട്ടുണ്ടാവില്ലല്ലോ. ഇതാ ഈ പഴം കഴിച്ചോളൂ."

അയാൾ പഴം വാങ്ങി തോലുരിച്ച് ആർത്തിയോടെ കഴിച്ചു. പഴത്തൊലി അടുത്തുള്ള കുപ്പത്തൊട്ടിയിലേക്കെറിഞ്ഞു. പൊലീസുകാരുടെ ബൂട്ടിന്റെ ശബ്ദം അകന്നകന്നു പോയി. നിരത്തുകളിൽ വീണ്ടും ശൂന്യത നിറഞ്ഞു. ആളൊഴിഞ്ഞ നിരത്തിനേക്കാൾ ഭയാനകമായി മറ്റെന്താണുള്ളത്? ഒരു റിവേഴ്സ് ആക്ഷൻപോലെ നിറഞ്ഞ നിരത്തിൽ നിന്ന് ഓരോരുത്തരായി അവരവരുടെ വീടുകളിലേക്ക് അപ്രത്യക്ഷരാവുന്നു. അതിഭീകരമായ ശാന്തതയിൽ അവിടം നിറയുന്നു. ക്ഷീണംകൊണ്ടാണോ ഒന്നും ചെയ്യാനില്ലാത്തതുകൊണ്ടാണോ എന്നറിയില്ല അയാളുടെ കൺപോളകൾക്ക് കനം വെച്ചു.

ഭോലാറാം ഭാര്യയോടൊപ്പം ഒരു കുന്നിൻചരിവിൽ ഇരിക്കുകയാണ്. ചെമ്മരിയാടിൻകൂട്ടത്തെ മേയ്ക്കാൻ പോയതാണ് ഇരുവരും. രാവിലെ പോയാൽ വൈകിയിട്ടേ മടങ്ങൂ. അവൾ അയാളുടെ തോളിലൂടെ കൈകൾ ചുറ്റി കവിളിൽ ഉമ്മ വെക്കുന്നു. അവൾക്ക് പുൽത്തൈലത്തിന്റെ മണം.

അയാൾ അവളുടെ മുടിയിഴകളിൽ തലോടി. ആ മണം ആവോളം മൂക്കിലാവാഹിച്ചു. അവളുടെ തുടുത്ത മുലകൾ അയാളുടെ കൈത്തണ്ടയിലുരസി. അയാളിലെ പൗരുഷമുണർന്നു. അവളെ വരിഞ്ഞുമുറുക്കി അയാൾ പുൽത്തകിടിയിൽ കിടത്തി. അവളുടെ ഓരോ രോമകൂപങ്ങളെയും അയാൾ ചുണ്ടുകൾ കൊണ്ടുണർത്തി. രണ്ട് കരിനാഗങ്ങളെപ്പോൽ അവരൊന്നായി. ആ സുഖാലസ്യത്തിൽ അയാൾ സ്വയം മറന്നു. ഒരു പാട് കാലങ്ങൾക്ക് ശേഷമാണയാൾ ഇങ്ങനെയൊന്നനുഭവിക്കുന്നത്. പെട്ടെന്നയാൾ നിരത്തിന്റെ ഇടതുവശത്തുനിന്ന് ഒരു മർമ്മരം കേട്ടു. ഒട്ടും മനസ്സിലാവാത്ത ഏതോ പ്രാകൃത ഭാഷയിൽ എന്തൊക്കെയോ പുലമ്പിക്കൊണ്ട് ഒരു കൂട്ടം വികൃതരൂപങ്ങൾ അയാൾ കിടന്നിരുന്ന ഭാഗത്തേക്ക് ഓടി വരികയാണ്. അയാൾ എഴുന്നേറ്റ് ഓടാൻ ശ്രമിച്ചു. കാൽ പൊങ്ങുന്നില്ല. ഭൂമിയിൽ ഉറച്ചു പോയതുപോലെ. ഇവയാണോ നേരത്തെ പറഞ്ഞ വൈറസുകൾ? മനുഷ്യ രൂപത്തിലുള്ള വൈറസുകൾ ലോകം കീഴടക്കുമെന്ന് ആരോ പറഞ്ഞിരുന്നത് ഓർമ്മ വന്നു.

എഴുന്നേറ്റോടിയില്ലെങ്കിൽ അവ തന്നെ കൊല്ലുമെന്നയാൾ ഭയപ്പെട്ടു. തല ഇരുഭാഗത്തേക്കും ചലിപ്പിച്ച് കൈകൾ തറയിൽ കുത്തി എഴുന്നേല്ക്കാൻ ശ്രമിച്ചു. സാധിക്കുന്നില്ല. ശരീരത്തിന് വല്ലാത്ത ഭാരം തോന്നുന്നു.

“എന്താ ഭോലാറാം ഉറക്കം തന്നെയാണോ? ഇന്നൊന്നും കഴിച്ചില്ലല്ലോ. ഈ ഭക്ഷണം കഴിക്കൂ.”

ഒരു പൊലീസുകാരൻ തുടയിൽ ലാത്തികൊണ്ട് മെല്ലെ തട്ടി. ഒരനക്കവുമില്ല. ഉണർന്നിട്ട് കഴിച്ചോട്ടെയെന്ന് കരുതി പൊതിച്ചോറ് തിണ്ണയിൽ വെച്ച് തെരുവിന്റെ അങ്ങേ മൂലയിൽ ഒരു പൊട്ടുപോലെ അയാൾ അപ്രത്യക്ഷനായി.

ഭോലാറാമിന്റെ ചലമൊലിക്കുന്ന മന്തുകാലിലും ചുണ്ടുകളിലും ഈച്ചകൾ വന്നിരിക്കുന്നുണ്ടായിരുന്നു. അയാളുടെ ആത്മാവ് ഏറ്റവും പ്രിയപ്പെട്ടവളുടെ അടുത്തേക്കാവണം യാത്രയായത്. ഇനി അയാൾക്ക് പൗരത്വം തെളിയിക്കേണ്ടതില്ല. തെരുവ് അപ്പോഴും ഭയാനകമായ നിശ്ചലതയിലമർന്നിരിക്കുകയായിരുന്നു.

കളിയാട്ടക്കാവിലെ പൊയ്ക്കോലങ്ങൾ

രണ്ടു ദിവസം മുന്നെ തുടങ്ങിയ പൂരവാണിഭങ്ങളുടെ ഒഴുക്ക് ഇനിയും നിലച്ചിട്ടില്ല. കടുംനിറങ്ങളിലുള്ള ജാക്കറ്റും വെള്ളമുണ്ടും ധരിച്ച് മുറുക്കിച്ചുവപ്പിച്ച ചുണ്ടുകളുമായി മുടി മുകളിലേക്ക് കെട്ടിവെച്ച് വിയർത്ത് നനഞ്ഞ കക്ഷവും റൗക്കയ്ക്കുള്ളിൽ മുറുക്കി കെട്ടിവച്ച മുലകളും ചന്തിയും താളത്തിൽ കുലുക്കി നടന്നുവരുന്ന ചാലിയത്തികളും വാണി യത്തികളും ചെട്ടിച്ചികളും. അവരുടെ തലയിലെ മുളങ്കുട്ടയിൽ വില്പന യ്ക്കുള്ള സാധനങ്ങളാണ്. ചിലർ കുടുംബമായാണ് വരുന്നത്. ഊക്കൻ കാളകൾ വലിക്കുന്ന കാളവണ്ടികളിൽ വില്പനയ്ക്കായുള്ള പച്ചക്കറി കൾ, സോപ്പ്, ചീർപ്പ്, കണ്ണാടി, കൺമഷി തുടങ്ങി പലവ്യഞ്ജനങ്ങൾ വരെയുണ്ട്. ജിമ്മിൽ പോയി വർക്ക്ഔട്ട് ചെയ്യാതെ തന്നെ ഉരുക്കുപോലെ നല്ല ബലിഷ്ഠ ശരീരമുള്ള ആണുങ്ങൾ.

നാട്ടുവിശേഷങ്ങൾ പറഞ്ഞ് അവനവന്റെ സ്ഥാവരജംഗമ വസ്തു ക്കൾ സൗകര്യപ്രദമായ സ്ഥലങ്ങളിൽ നിരത്തിവയ്ക്കുന്ന പെണ്ണുങ്ങൾക്കി ടയിലേക്കാണ് വല്ലാത്തൊരൊച്ചയോടെ മരണക്കിണർ അഭ്യാസി മണി യൻ ബൈക്കുമായി ഇരച്ചുകയറിയത്. ഒത്ത ഉയരം. ഇരുനിറമുള്ള ബലിഷ്ഠ ശരീരം. ഉരുക്കുപോലെയുള്ള ചുമലുകൾ. ഒരു പൂരപ്പറമ്പു പോലെ വിശാലമായ മാറിടം. നെഞ്ചിൽ നിറയെ ചുരുണ്ടു കറുത്ത രോമ ക്കാടുകൾ. പതിഞ്ഞ വയർ. ഒരൊത്ത പുരുഷന് ഇതിൽക്കൂടുതലെന്ത് വേണം? അവിടെ കൂടിയ ചാലിയത്തികളുടെയും ചെട്ടിച്ചികളുടെയും ഹൃദ യത്തിലേക്കാണവൻ ബൈക്ക് റേസ് ചെയ്തത്. ഇങ്ങനെയൊരുത്തനാണ് തങ്ങളുടെ മക്കൾക്ക് തന്തയായി വേണ്ടിയിരുന്നതെന്ന അമിതാവേശം അവരിലോരോരുത്തരിലും ഉടലെടുത്തു. മണിയൻ അവരുടെ ഉടലിൽ ആവേശത്തിന്റെ വീഞ്ഞു വിതറാൻ തുടങ്ങിയത് അവർ ഉള്ളാലെ

അറിഞ്ഞു. ജീവിതമെന്നും പ്രതീക്ഷകളുടെ ഉർവ്വര ഭൂമിയാണ്. നഷ്ടപ്പെടലുകളെക്കുറിച്ച് വ്യാകുലപ്പെടുമ്പോഴും ഒന്നും നഷ്ടപ്പെട്ടിട്ടില്ല എന്ന മിഥ്യാധാരണയിൽ ഉരുകിത്തീരുന്ന മെഴുകുതിരി നാളങ്ങൾ.

മണിയന് താമസിക്കാൻ പൂരപ്പറമ്പിൽ ടെന്റൊരുക്കിക്കൊടുക്കാനും അവനിഷ്ടപ്പെട്ട ഭക്ഷണ സാധനങ്ങൾ മത്സരിച്ച് തയ്യാറാക്കി കൊണ്ടുവരാനുമുള്ള പെണ്ണുങ്ങളുടെ ഉത്സാഹം കണ്ടിട്ട് അവരുടെ കെട്ട്യോന്മാർക്ക് അപസ്മാരമിളകിയതുപോലായി. ഓരോ രാത്രിയും പകുതിയുറക്കം കഴിഞ്ഞ് തന്റെ ഭാര്യ അടുത്തു തന്നെയില്ലേയെന്ന് തപ്പി നോക്കൽ അവരുടെ പതിവായി.

പൂരവാണിഭങ്ങളും സർക്കസ് പ്രദർശനങ്ങളും രണ്ടാഴ്ചക്കാലത്തേക്കാണ് ഉണ്ടാവുക. അതു കഴിഞ്ഞാൽ ചട്ടിയും പെട്ടിയും മക്കളും ഭാര്യയുമായി അവരുടെ കാളവണ്ടി അടുത്ത ഗ്രാമത്തിലേക്ക് നീങ്ങും. പൊയ്ക്കാളകളും കോലങ്ങളും കൂടുതൽ ഉന്മേഷത്തോടെ പുതിയ മേച്ചിൽപ്പുറങ്ങളിലേക്കും പുതിയ അനുഭവങ്ങളിലേക്കും ഊളിയിടും. സത്യത്തിൽ ഇങ്ങനെയല്ലേ ജീവിക്കേണ്ടത്? ജിപ്സികൾ ഉത്തരവാദിത്വങ്ങളൊന്നുമില്ലാതെ ലോകം മുഴുവൻ അപ്പൂപ്പൻതാടിപോലെ കാറ്റിന്റെ ഗതിക്കനുസരിച്ച്, ഒഴുക്കിന്റെ താളത്തിനനുസരിച്ച് പറന്നു നടക്കുക. യാത്രയിൽ ഇഷ്ടപ്പെട്ട താവളങ്ങളിൽ അല്പനിമിഷം ചെലവഴിക്കുക. മടുക്കുമ്പോൾ വീണ്ടും യാത്ര തുടരുക. കെട്ടഴിഞ്ഞ പട്ടം പോലെ. അങ്ങനെയൊരു ജീവിതമായിരുന്നു മണിയന്റെയും.

അവന്റെ കരുത്തുറ്റ ശരീരത്തിന് എവിടെച്ചെന്നാലും ആരാധകർ പെണ്ണുങ്ങൾ തന്നെയായിരുന്നു. അവൻ ആഞ്ഞൊരു പിടി പിടിച്ചാൽ തന്നെ പെണ്ണുങ്ങൾ രതിമൂർച്ഛയിലെത്തുമായിരുന്നു. ഏത് നാട്ടിൽ ചെന്നാലും ആ കാര്യത്തിലവന് കുറവൊന്നുമില്ല. എവിടെയും ആണുങ്ങളവന്റെ ശത്രുക്കളുമായിരുന്നു. പെണ്ണുങ്ങളെ വശീകരിക്കാൻ മാത്രം ഇവന്റെ കൈയിലെന്ത് മന്ത്രമാണുള്ളതെന്ന് അവർ തമ്മിൽ തമ്മിൽ അടക്കം പറഞ്ഞു. പക്ഷേ, അവനോടേറ്റുമുട്ടാൻ ആർക്കും ധൈര്യമുണ്ടായിരുന്നില്ല.

ചാലിയത്തി ലക്ഷ്മിയുടെ കെട്ട്യോൻ വസൂരി പിടിച്ച് ചത്തതാണ്. മുഖം നിറയെ വസൂരിക്കലയുള്ള എണ്ണക്കറുമ്പൻ ചെട്ടിയാരുടെ കൈയിൽനിന്ന് തുണികളെടുത്ത് പൂരച്ചന്തയിൽ കൊണ്ടുപോയി. വിറ്റ് മുടക്കുമുതൽ ചെട്ടിയാർക്ക് നല്കി ലാഭം അവളെടുക്കലാണ് പതിവ്.

അവൾക്ക് മക്കളില്ല. ചെട്ടിയാരുടെ വെപ്പാട്ടി എന്നൊരു ഖ്യാതിയും അവൾക്കുണ്ട്. ലക്ഷ്മിക്ക് നാല് പിടക്കോഴികളുണ്ട്. നല്ല ഒത്ത വലിപ്പവും തടിയുമുള്ള അവളുമാരുടെ മൂടിളക്കിയുള്ള നടകണ്ടാൽ ഏത് പൂവനും ഒന്ന് വട്ടം ചുറ്റിയിട്ടേ പോവുകയുള്ളൂ. അയൽവക്കത്തെ പപ്പട ചെട്ടിയാരുടെ അങ്കവാലൻ പൂവൻകോഴിയെ ഈ നാല് പെടകളും അതിശൃംഗാരരൂപേണ വിളിക്കും. അതു കേൾക്കേണ്ട താമസം അവൻ ഓടിവന്ന് ഓരോ പിടയേയും ഓരോ തവണ വട്ടംചുറ്റി അവന്റെ പണി

കഴിഞ്ഞ് തിരിച്ചുപോവും. ആ വരവിനുതന്നെ ഒരു പ്രത്യേക അന്തസ്സാണ്. പിന്നെ നാല് പിടകളും മുട്ടയിടൽ മഹാമഹത്തിലാവും. ഇത് കാണുമ്പോൾ ലക്ഷ്മിക്ക് എന്തിനെന്നറിയാതെ ഓക്കാനം വരും. ഇനിയും കായ്ക്കാത്ത തന്റെ ഗർഭപാത്രത്തെക്കുറിച്ചോർക്കും.

അന്നത്തെ വാണിഭം കഴിഞ്ഞ് ബാക്കിവന്ന തുണികളുമായി ലക്ഷ്മി കോളനിയിലേക്ക് നടക്കുകയാണ്. ഒരാൾക്കു മാത്രം കടന്നുപോകാവുന്ന ഒരു ഇട്ടിളിലൂടെ വേണം കോളനിയിലെത്താൻ. കൈയിലൊരു ചൂട്ട് കത്തിച്ചു പിടിച്ചിട്ടുണ്ട്. സ്ഥലത്തെ പ്രധാനിയായ നായ കാളനും അവളുടെ പുറകെ വാലാട്ടിക്കൊണ്ട് നടക്കുന്നുണ്ട്. വീട്ടിലെത്തിയാൽ അവൾ രാവിലെ വച്ച ചോറ് ഉണക്കമീൻ മുളകിട്ടുവച്ച കറിയിലേക്കിട്ടു കൈകൊണ്ട് നന്നായി ഞരടിക്കുഴിച്ച് ബാക്കി വരുന്ന രണ്ടുരുള അവന് കൊടുക്കും. അത് കിട്ടാനാണ് അവൻ പുറകെ വരുന്നത്. ലക്ഷ്മി ചായ്പ്പിന്റെ കതകടച്ച് കിടന്നാൽ അവൻ പുറത്ത് തിണ്ണയിൽ കാവൽ കിടക്കും. ചില രാത്രികളിൽ ലക്ഷ്മി ദേഹമാസകലം പൊള്ളുന്ന ഉഷ്ണത്താൽ ഉറങ്ങാതെ കിടക്കും. എണ്ണച്ചെട്ടിയാരുടെ വരവുണ്ടെങ്കിൽ കാളൻ ഒരു മുരൾച്ചയിലൂടെ ലക്ഷ്മിക്ക് സിഗ്നൽ കൊടുക്കും. അന്ന് ലക്ഷ്മിക്ക് വല്ലാത്തൊരു ഉത്സാഹക്കുറവ് തോന്നി. എത്ര നടന്നിട്ടും കോളനിയിലെത്തുന്നില്ല. ഇട്ടിൽ കടന്ന് രണ്ടുമൂന്ന് തിരിവ് കഴിഞ്ഞാൽ ഒരു പൊട്ടക്കിണറുണ്ട്. ആ പൊട്ടക്കിണറിൽ ആണുങ്ങൾ ചാരായം വാറ്റി ഒളിപ്പിച്ച് വെക്കാറുണ്ട് എന്ന് കേട്ടിട്ടുണ്ട്. ആ പൊട്ടക്കിണറിനടുത്തെത്തിയപ്പോൾ ഒരു നിഴൽ ലക്ഷ്മി കണ്ടു. അവളുടെ അടിവയറ്റിൽ നിന്നൊരാന്തൽ നെഞ്ചിലേക്ക് കയറി. “ഹാരാണ്?”

“മണിയനാണ്.”

“ഓ നീയായിരുന്നോ? നീയെന്താ ഇവിടെ?”

“ഞാൻ രാവിലെ ഇവിടെ രണ്ട് കുപ്പി ചാരായം ഒളിപ്പിച്ച് വച്ചിരുന്നു. പോത്തിന്റെ നല്ല ചൊകചൊകാന്നുള്ള കരൾ കിട്ടിയിട്ടുണ്ട്. നീയിതൊന്ന് നന്നായി മസാലയിട്ട് കറിവച്ച് തരാമോ?”

ലക്ഷ്മിയുടെ ഹൃദയം പെരുമ്പറ കൊട്ടി. “അതിനെന്താ നീയതിങ്ങ് താ” ലക്ഷ്മി പൊതിയും ചാരായവും വാങ്ങി മുന്നിൽ നടന്നു. മണിയനും കാളനും പുറകെയും.

അവർ കോളനിയിലെത്തി. മണ്ണെണ്ണ വിളക്കിന്റെ വെളിച്ചത്തിൽ ചുറ്റുമുള്ള കുടിലിലുള്ളവരെല്ലാം മണിയൻ ലക്ഷ്മിയുടെ കൂടെ വരുന്നതു കണ്ടു. ലക്ഷ്മിക്ക് തെല്ലഭിമാനം തോന്നി. പെണ്ണുങ്ങളെല്ലാം കൊതിക്കുന്ന മണിയനിതാ തന്റെ പുറകെ വരുന്നു. അവനെയിന്ന് നന്നായി മസാല പുരട്ടുന്നുണ്ട് ഞാൻ. അവൾ മനസ്സിൽ കരുതി. ലക്ഷ്മി കതക് തുറന്ന് റാന്തൽ വിളക്ക് ഉമ്മറത്ത് കത്തിച്ചുവച്ചു. മണിയൻ തിണ്ണയിൽ ചമ്രം പടിഞ്ഞിരുന്നു. റാക്കിന്റെ കുപ്പി കൈയിലെടുത്ത് കണ്ണടച്ച് ഒന്ന് മണത്തു നോക്കി. കുപ്പി തിണ്ണയിൽവെച്ച് അടപ്പിൽ ഒന്നമർത്തി. എന്നിട്ട് കോർക്ക് വലിച്ചൂരി. രണ്ട് സിപ്പ് വായിലേക്ക് കമിഴ്ത്തി. അല്പം കാളനും

കൊടുത്തു. മണിയന് കുറേശ്ശെ മത്തായിത്തുടങ്ങിയപ്പോഴേക്ക് ലക്ഷ്മി പോത്തിന്റെ കരള് കുരുമുളകിട്ട് ഉലർത്തിയതും കാന്താരിമുളകരച്ച ചമ്മന്തിയും രണ്ട് പ്ലേറ്റിലായി മണിയന്റെ മുന്നിൽ വച്ചു. അവന്റെ മുന്നിൽ അവളുമിരുന്നു. മണിയൻ ഒരു പോത്തിൻകരൾ കഷണം ചൂണ്ടുവിരലും തള്ളവിരലും ചേർത്ത് പിടിച്ചെടുത്ത് വായിലിട്ടു. എരിവുകാരണം ശ്ശ് എന്നൊരു ശബ്ദം അവന്റെ വായ്ക്കുള്ളിൽ നിന്ന് പുറത്തുവന്നു. ഒരു തുടം റാക്ക് തൊണ്ടയിലുറ്റിച്ചു. ചമ്മന്തി കൈകൊണ്ട് തോണ്ടി നാക്കിൽ തേച്ചു. കുപ്പിചരിച്ച് അല്പം റാക്ക് ലക്ഷ്മിയുടെ വായിൽ ഒഴിച്ചു കൊടുത്തു. അവൾ ആദ്യമായിട്ടൊന്നുമല്ല ചാരായം കഴിക്കുന്നത്. എണ്ണച്ചെട്ടിയാർ വരുന്ന ദിവസം നല്ല ചാരായവും മത്തി വറുത്തതും റെഡിയാക്കി വയ്ക്കാറുണ്ടവൾ. ചെട്ടിയാർക്ക് മീനാണിഷ്ടം. ഇന്ന് ഒത്തൊരാണിന്റെ കൈയിൽനിന്ന് ചാരായം കുടിച്ചതിൽ അവൾക്കഭിമാനം തോന്നി. അവളും നല്ല മത്തായി. ചാരായവും പോത്തിറച്ചിയും മണിയനെയും ലക്ഷ്മിയെയും ആനന്ദസാഗരത്തിലാറാടിച്ചു. അന്നുമുതൽ മണിയൻ ലക്ഷ്മിയുടെ വീട്ടിലെ സ്ഥിരതാമസക്കാരനായെന്നും അതിനെത്തുടർന്ന് എണ്ണക്കാറുമ്പൻ ചെട്ടിയാർ അവൾക്ക് തുണികൾ കൊടുക്കാതായെന്നും അവളുടെ കച്ചവടം നിലച്ചെന്നും കേട്ടു. അവിടന്നങ്ങോട്ട് അവൾ രഹസ്യമായി ചാരായംവാറ്റാനും ബ്ലാക്കിൽ വില്പനയും തുടങ്ങിയത്രെ. മണിയൻ സ്ഥിരമായി അവളുടെ വീട്ടിലായി അന്തിയുറക്കം. അവൾ മുറുക്കിച്ചുവപ്പിച്ച ചുണ്ടുകളും വെള്ളറൗക്കയും വെള്ളമുണ്ടും ധരിച്ച് ആഢ്യത്വത്തോടെ പൂരപ്പറമ്പിലെത്തി കുപ്പിവളയും കൺമഷിയും മുല്ലപ്പൂവുമെല്ലാം വാങ്ങിപ്പോവുന്നത് പതിവായി. ആളുകൾ അവൾ കേൾക്കാതെ മണിയന്റെ സെറ്റപ്പ് എന്ന് കളിയാക്കാറുണ്ടെന്നവൾക്കറിയാം. അവളതിൽ ഗൂഢമായി ആനന്ദിച്ചു.

കാളൻ ഇപ്പോൾ ലക്ഷ്മിയുടെ വീട്ടിലെ സ്ഥിരതാമസക്കാരനാണ്. നാല് പിടകൾക്ക് കാമുകനായി വിലസുന്ന ചെട്ടിയാരുടെ പൂവന് അവനെ കാണുന്നതേ ദേഷ്യമാണ്. കാളൻ ഒത്ത വലിപ്പമുള്ള നായയാണ്. എന്നാലും ധൈര്യത്തിന്റെ കാര്യത്തിൽ കുറച്ച് പുറകിലാണ്. കിട്ടുന്നത് തിന്ന് കിടക്കുക എന്നല്ലാതെ തടി കേടാകുന്ന ഒരു പണിക്കും അവൻ നില്ക്കുകയില്ല. ഈ പിടകൾ കാളനു ചുറ്റും ചുറ്റിപ്പറ്റി നില്ക്കും. അവന്റെ ഭക്ഷണത്തിൽ നിന്ന് കൊത്തിപ്പെറുക്കി ചെവിയിലെ ചെള്ളുകളെ കൊത്തിത്തിന്ന് അവന്റെ ദേഹത്തുകൂടി കൊക്കോടിച്ച് അവനെ ആനന്ദനിർവൃതിയിലാറാടിക്കും. ഇതൊന്നും ചെട്ടിയാരുടെ പൂവന് പിടിക്കാതായി. അവൻ ഈയിടെയായി പിടകൾ വിളിക്കാതെയും ഇല്ലിവേലി ചാടിക്കടന്ന് വരാൻതുടങ്ങി. ഇതുകാണെ കാളൻ അവന്റെ മുന്നിൽ സാഷ്ടാംഗം നമസ്കരിച്ച് കിടക്കും.

നീയായി നിന്റെ പിടകളായി... എനിക്കിതിലൊരു പങ്കുമില്ലെന്റെ കടത്തനാട്ടു ഭഗവതിയെ എന്നും പറഞ്ഞ്. പിന്നെ പിന്നെ ചെട്ടിയാരുടെ പൂവനും ചാലിയത്തിയുടെ പിടകളോടൊപ്പമായി വാസം.

കോഴിക്കളിയാട്ടക്കാവിൽ ഉത്സവം കൊടി കയറുകയാണ്. വിവിധ ദേശക്കാരുടെ ആഢ്യത്വം വിളിച്ചോതുന്ന പൊയ്ക്കാളകളും പൊയ്ക്കുതിരകളും വരവറിയിച്ചുകൊണ്ടിരിക്കുകയാണ്. നാനാദേശത്തു നിന്നുള്ള കച്ചവടക്കാരും പാണ്ടികളും അവരവരുടെ കച്ചവടത്തിനുള്ള സ്ഥാനം ഉറപ്പിക്കുകയാണ്. പൂരപ്പറമ്പിൽ കിട്ടാത്ത വസ്തുവകകളില്ല. പലതരം മത്സ്യവിഭവങ്ങൾ. മത്സ്യം പിടിക്കാനുള്ള ചീനവലകൾ. തണ്ടാടി, ചൂണ്ടൽ തുടങ്ങി വിത്തിനങ്ങൾ വരെ. കളിയാട്ടക്കാവിലെ പ്രധാനപ്രതിഷ്ഠ ഉഗ്രമൂർത്തിയായ ദേവിയാണ്. ദേവിയെ പ്രീതിപ്പെടുത്താനായി നൂറുകണക്കിന് നേർച്ചക്കോഴികളെയാണ് കൊണ്ടുവരുന്നത്. കോഴിയെ അറുത്ത ചോര ദേവിക്ക് നിവേദിക്കുന്നതോടെ ആഗ്രഹങ്ങൾ സാധിക്കുമെന്നാണ് വിശ്വാസം. കോഴി വരവും (മുളയും കുരുത്തോലയും കൊണ്ട് നിർമ്മിച്ച കോഴി രൂപങ്ങൾ) പൊയ്ക്കുതിര വരവും കാഴ്ചക്കാരിൽ ഹരം പകരും.

മലയാള മാസം ഇടവത്തിലെ ആദ്യ തിങ്കളാഴ്ച കാപ്പൊലിയോടുകൂടിയാണ് ഉത്സവം ആരംഭിക്കുന്നത്. പിന്നീടുള്ള ദിവസങ്ങളിൽ കളിയാട്ടത്തിന്റെ വരവറിയിച്ചുകൊണ്ടുള്ള പൊയ്ക്കുതിരകൾ ദേശം വലതുവയ്ക്കും. പതിമൂന്നു ദിവസം നീണ്ടുനില്ക്കുന്ന ആഘോഷം ഇടവത്തിലെ രണ്ടാമത്തെ വെള്ളിയാഴ്ച കോഴിക്കളിയാട്ടത്തോടുകൂടി അവസാനിക്കും. വിവിധ പ്രദേശങ്ങളിൽനിന്ന് ഭക്തജനങ്ങൾ കൊണ്ടുവരുന്ന കോഴി, കുതിരരൂപങ്ങളുടെ ഘോഷയാത്രയിൽ കൊട്ടുവാദ്യങ്ങളും ഉണ്ടായിരിക്കും. ആചാരപ്രകാരമുള്ള പ്രദക്ഷിണത്തിനുശേഷം ഈ രൂപങ്ങളെ ക്ഷേത്രത്തിന് സമീപംതന്നെ ധ്വംസനം ചെയ്യുകയാണ് പതിവ്. വൈകുന്നേരം താലപ്പൊലിയുമുണ്ടാവും.

ഉത്സവത്തോടനുബന്ധിച്ച് ഒരാഴ്ച മുന്നെതന്നെ കാർഷികച്ചന്ത ആരംഭിക്കും. കാർഷിക വിളകൾ, വിത്തിനങ്ങൾ, വൃക്ഷത്തൈകൾ, അലങ്കാര ചെടികൾ, ഔഷധച്ചെടികൾ, സ്വദേശത്തെയും വിദേശത്തെയും വാഴകൾ, മൺപാത്രങ്ങൾ, വിവിധതരം കാർഷിക ഉപകരണങ്ങൾ, അലങ്കാരക്കോഴികൾ, താറാവ് തുടങ്ങി ഉപ്പുതൊട്ട് കർപ്പൂരംവരെയുള്ള സാധനങ്ങൾ ചന്തയിൽ ലഭ്യമാകും. വിവിധതരം നിറങ്ങളിൽ പൂത്തു നില്ക്കുന്ന അനേകം ചെടികൾ ഉത്സവത്തിന് ഹരം പകരുന്ന കാഴ്ചകളാണ്.

പൂരപ്പറമ്പിന്റെ ഒരു വശത്ത് കാർണിവൽ നടക്കുകയാണ്. ആനമയിലൊട്ടകം കറങ്ങുന്ന ഊഞ്ഞാലുകൾ, മരണക്കിണർ അഭ്യാസം, സർക്കസ് എല്ലാമുണ്ട്. മരണക്കിണറിൽ മണിയന്റെ അഭ്യാസം തകർക്കുകയാണ്. ഒരുദിവസം തന്നെ അൻപതിലേറെ ഷോകളിലായി ധാരാളം ആളുകളാണ് അഭ്യാസം കാണാൻ വരുന്നത്. നല്ല വരവാണ് മണിയന്. രാവിലെ തുടങ്ങി രാത്രി ഏറെ വൈകുവോളം തുടരും അഭ്യാസം. അതിനിടയ്ക്ക് ഉച്ചയ്ക്ക് അല്പസമയം വിശ്രമിക്കും.

അന്നും പതിവുപോലെ രാത്രി ഷോ കഴിഞ്ഞ് ഏകദേശം പന്ത്രണ്ടര മണിയോടെ മണിയൻ ബൈക്ക് സ്റ്റാന്റിൽവെച്ച് തിരിഞ്ഞതാണ്. അപ്രതീക്ഷിതമായാണ് തലയുടെ പിൻഭാഗത്ത് മർമ്മസ്ഥാനത്ത് കമ്പി

പ്പാരകൊണ്ടുള്ള കുത്തേറ്റത്. ഒന്ന് തിരിഞ്ഞുനോക്കാൻ പോലും പറ്റുന്ന തിന് മുന്നേ കമിഴ്ന്നടിച്ച് വീണു. എന്നിട്ടും തീർന്നില്ല. നടുമ്പൊ റത്തുകൂടെ ഇരുമ്പുദണ്ഡുകൾ വീഴുന്ന ഒച്ചകൾ. ബോധം മെല്ലെ മറയു കയാണ്. കമ്പിപ്പാരകൊണ്ട് കുത്തേറ്റയിടത്തുനിന്ന് പൊട്ടിയ പൈപ്പിൽ നിന്ന് വെള്ളം ചീറ്റുന്നതുപോലെയാണ് ചോര ചീറ്റുന്നത്. ആരാണ് എന്താണ് എന്നൊന്നും അറിയുന്നില്ല. ചതുപ്പിലേക്ക് താഴ്ന്നു പോവു ന്നതുപോലെ ഒരു പോക്കാണ്.

റാന്തൽ തിരയിട്ട് കത്തിച്ച് മണിയനെ കാത്തിരുന്ന ചാലിയത്തി പുലർച്ചെയ്ക്കാണ് ഒന്നു മയങ്ങിയത്. മണിയന്റെ ബൈക്ക്റേസിങ്ങിന്റെ ഒച്ച. അവൾ ഒട്ടൊരു ശൃംഗാരത്തോടെ അവനെ നോക്കി. അവൻ മീശ പിരിച്ചുവച്ചു കൊണ്ടവളെ ഇടംകണ്ണുകൊണ്ടൊന്നുഴിഞ്ഞു. അവൾ അടി മുടി പൂത്തു. സുഖാലസ്യത്തിൽ അവളൊന്ന് തിരിഞ്ഞുകിടന്നു. കൈ തഴം പായയിൽ തട്ടിയപ്പോഴവൾക്ക് സ്ഥലകാലബോധം വന്നു. അവൾ തട്ടിപ്പിടഞ്ഞെണീറ്റു. റാന്തൽ കത്തിത്തീർന്നിട്ടുണ്ട്. മണിയൻ ഇതുവ രെയും വന്നിട്ടില്ല. അവളുടെ നെഞ്ചിലൊരു വിങ്ങൽ. വല്ലാത്തൊരിഷ്ടമാ യിരുന്നു അവൾക്കവനോട്.

അവനെന്ത് പറ്റി? തന്നെ ഉപേക്ഷിച്ച് വേറെ താവളം തേടിപ്പോയോ എന്നവൾ ശങ്കിച്ചു. രാവിലെയാണ് പൂരപ്പറമ്പിൽ മണിയന്റെ അനക്കമറ്റ ശരീരം എല്ലാവരും കാണുന്നത്.

കളിയാട്ടക്കാവിലെ പൊയ്ക്കോലങ്ങളാണ് പല ജീവിതങ്ങളും. അല്പായുസ്സ്. ആളുകളെ ഹരംകൊള്ളിച്ച് ഒടുവിൽ അറിയാതെ സ്വയം ധ്വംസനം ചെയ്യപ്പെടുന്നവർ. വീണ്ടും അവിടെ കളിയാട്ടങ്ങൾ കൊടിയേറി. എല്ലാത്തരം വാണിഭങ്ങളും മുമ്പത്തേക്കാൾ കേമമായിത്തന്നെ നടന്നു. ചാലിയത്തിയെക്കുറിച്ച് പിന്നീടാരും പറഞ്ഞ് കേട്ടിട്ടില്ല. ഇതൊക്കെ ദേശ ക്കാർ പറഞ്ഞ് നടക്കുന്ന ഓരോരോ കഥകൾ. ഓരോ നാട്ടിലും കഥകൾ ക്കുണ്ടോ പഞ്ഞം?

പെരുച്ചാഴി

നല്ല പൊടിയുള്ള നാടൻ കപ്പയുടെ മണം നാസാരന്ധ്രങ്ങളിൽ തുള ച്ചുകയറി മൂക്കിന്റെ രണ്ട് ദ്വാരങ്ങളും നന്നായി വിടർത്തി. മീശ വിജൃംഭി ച്ചു. കണ്ണടച്ച് ആ മണത്തിനു നേരെ പതുങ്ങിച്ചെന്ന് ഒറ്റക്കടി, ഠപ്പേ!

കപ്പയിൽ പല്ലുവച്ചതേ ഓർമ്മയുള്ളൂ. വാതിലടഞ്ഞു. അപ്പോഴാണ് അതൊരു കെണിയായിരുന്നെന്ന് മനസ്സിലായത്. തലേന്ന് ലവൻ ലവ ളോട് പറയുന്നതു കേട്ടതാണ്. 'എടിയേ ആ അറാമ്പെറന്നോൻ പെര യുടെ പടിഞ്ഞാറേപ്പൊറത്ത് നമ്മളെ കുടുക്കാൻ കെണിവെച്ചിട്ടുണ്ട്. ഞാനിന്ന് ഉച്ചയ്ക്ക് ഒന്ന് കുടുങ്ങിപ്പോയതാണ്. ലവൻ പെമ്പറന്നോളെ കാണിക്കാൻ കൊണ്ടുപോയപ്പോൾ വെറുതെ വാതിലിന്റെ കൊളു ത്തൊന്നു മൂക്കുകൊണ്ട് തട്ടിനോക്കി. ഭാഗ്യംകൊണ്ട് കൊളുത്തുതുറന്ന് ഞാൻ രക്ഷപ്പെട്ടതാണ്.

എന്നാലും കപ്പയുടെ മണം കേട്ടാൽ അടങ്ങിയിരിക്കാൻ കഴിയുമോ? എത്ര കപ്പയുടെ മൂട് മാന്തിയതാ. അതൊക്കെ ഒരു കാലം. ഇപ്പോ കപ്പയും ചേമ്പും ഒന്നും കിട്ടാനില്ല. എന്തായാലും കുടുങ്ങിപ്പോയില്ലേ. ഇനി അയാൾ വരുന്നതുവരെ ഇതിൽ കിടക്കുകയല്ലാതെന്ത് നിവൃത്തി. മിനിഞ്ഞാന്ന് കപ്പയുടെ മൂടാണെന്ന് കരുതി കടിച്ചത് ഒരു ഇരുമ്പുകഷണത്തിലായി രുന്നു. പല്ലൊന്ന് ഇളകിപ്പോയി. അല്ലെങ്കിൽ ഈ കുന്ത്രാണ്ടത്തിന്റെ സ്പ്രിങ് ഇളക്കിമാറ്റി ഞാൻ പോയവഴിയിൽ പുല്ലുപോലും മുളയ്ക്കില്ലാ യിരുന്നു. ആ തെണ്ടി ഈ കപ്പക്കഷണത്തിൽ വിഷം വെച്ചിട്ടില്ലെന്നാരു കണ്ടു? അല്ലേൽ ഇതങ്ങ് തിന്നെങ്കിലും വിശപ്പിനൊരു പരിഹാരമായേനെ. ഇതിപ്പൊ വയറെരിഞ്ഞിട്ടൊരു പൊറുതിയുമില്ല.

"ഇപ്പൊ പണ്ടത്തെപ്പോലെ തിന്നാനൊന്നും കിട്ടാറില്ല. കഴിഞ്ഞ യാഴ്ച ഇയാക്കടെ ഒരു കോഴിയെപ്പിടിച്ച് തിന്നതാണ്. വായിലൊതുങ്ങുന്ന

വലിപ്പമേ ഉണ്ടായിരുന്നുള്ളൂ. രണ്ടുമൂന്നു ദിവസത്തേക്കത് മതിയായിരുന്നു. ഇങ്ങനെ പോയാൽ പട്ടിണികിടന്ന് ചാവും. അല്ലേലും ഇനിയീ കൂട്ടിൽ നിന്ന് രക്ഷപ്പെടാനാവുമോ എന്നറിയില്ലല്ലോ. ലവനും ലവളും എവിടെ തെണ്ടിത്തിരിഞ്ഞ് നടക്കുകയാണാവോ? ഇതിലെയെങ്ങാനും വന്നിരുന്നെങ്കിൽ ഈ കമ്പിയൊന്ന് വളച്ചു തരാനെങ്കിലും പറയാമായിരുന്നു."

വെറുതെ കിടന്നതുകൊണ്ടാവും നന്നായിട്ടൊന്ന് മയങ്ങി. കമ്പിയിൽ ആരോ തൊടുന്നതുപോലെ തോന്നി. കണ്ണുതുറന്നു നോക്കി. അയാളാണ്. തന്നെ കൊല്ലാൻ കൊണ്ടുപോകാനുള്ള തയ്യാറെടുപ്പിലാണ്, എന്തെങ്കിലും ഉപായം പ്രയോഗിച്ചേ പറ്റൂ.

പെട്ടിക്കുള്ളിൽ കിടന്ന് നന്നായിട്ടൊന്ന് ശരീരം കുലുക്കി. മീശ വിറപ്പിച്ചു. എന്നിട്ട് പറഞ്ഞു. "എടാ പരട്ടക്കിഴങ്ങാ.." കേട്ടില്ലെന്ന് തോന്നുന്നു. ഒന്നുകൂടെ വിളിച്ചു. "എടാ പരട്ടക്കിഴങ്ങാ നിന്നെത്തന്നെയാണ് വിളിച്ചത്." അയാൾ സംശയത്തോടെ ചുറ്റുംനോക്കി. വീണ്ടും പെട്ടിയിലേക്ക് നോക്കി.

മീശ വിറപ്പിച്ചുകൊണ്ടു പറഞ്ഞു. "വെയ്ക്കെടാ താഴെ" അയാൾക്ക് ചെറിയൊരു പേടിതോന്നി. പെട്ടി താഴെവെച്ചു.

"എനിക്ക് നിന്നോടല്പം സംസാരിക്കാനുണ്ട്. അത് നീ കേട്ടേപറ്റൂ."

സംസാരിക്കുന്ന പെരുച്ചാഴിയോ? മൃഗങ്ങൾ സംസാരിക്കുന്നത് കേട്ടിട്ടില്ലല്ലോ. "നീയാണോ എന്നോട് സംസാരിച്ചത്?"

"അതെ, ഞാൻ തന്നെ."

"നിങ്ങൾക്ക് സംസാരശേഷിയുണ്ടോ?"

"എല്ലാ ജീവികൾക്കും സംസാരശേഷിയുണ്ട്. അവരുടേതായ ഭാഷയിലാണെന്ന് മാത്രം. സാധാരണ ഗതിയിൽ ഞങ്ങളുടെ ഭാഷ നിങ്ങൾക്ക് കേൾക്കാൻ സാധിക്കില്ല. മനുഷ്യന്റെയും മൃഗങ്ങളുടെയും ശ്രവണപരിധി വ്യത്യസ്ത അളവുകളിലാണ്. ഇപ്പോൾ ഞാൻ പറയുന്നത് നിനക്ക് കേൾക്കാമെങ്കിൽ നീയും ഞാനും അനിമേലിയ സാമ്രാജ്യത്തിൽ കോർഡേറ്റ ഫൈലത്തിൽ മമേലിയ എന്ന ഒരേക്ലാസിൽ പെട്ടതായതിനാലാണ്."

അയാക്കടെ മുഖത്തേക്കൊന്ന് പാളിനോക്കി. ഏറ്റ മട്ടുണ്ട്. വീണ്ടും വെച്ചുകാച്ചി.

"ഒരുപക്ഷേ, നമ്മുടെ മുതുമുത്തച്ഛന്മാർ ഒരേ ഓർഡറിൽ പെട്ടവരായിരുന്നിരിക്കാം. ബാൻഡിക്കൂട്ട ഇൻഡിക്ക എന്ന ശാസ്ത്രീയ നാമത്തിൽ പെട്ട ഞാനും ഹോമോസാപ്പിയൻസ് വിഭാഗത്തിൽ പെട്ട നീയും അഭേദ്യമായ ബന്ധമുള്ളവരാണെന്നർത്ഥം."

അയാൾ അമ്പരന്നിരിക്കുകയായിരുന്നു. "നീ പറയുന്നതൊന്നും എനിക്ക് മനസ്സിലാവുന്നില്ല."

"ഞാൻ പറയുന്നത് നീ അതീവശ്രദ്ധയോടെ കേൾക്കണം. ഞങ്ങൾ പെരുച്ചാഴികൾ മരണമില്ലാത്തവരാണ്. ശരീരം മാത്രേ ഇല്ലാതാവുകയു

ള്ളൂ. സ്വത്വം എന്നെന്നേക്കും നിലനില്ക്കുന്നതാണ്. ചില മാറാവ്യാധി കൾക്ക് മരുന്നായി ഞങ്ങളെ തിന്നുന്നവരുണ്ട്. അസാമാന്യ ശക്തിയാണ് ഞങ്ങൾക്ക് ഉടയതമ്പുരാൻ തന്നിട്ടുള്ളത്. കണ്ണുകൊണ്ട് കാണാൻ കഴി യാത്തത്രയും ചെറിയ സൂക്ഷ്മജീവികൾ കരുതിയാൽത്തന്നെ ഈ ലോകത്തെ ജനതയെ മുവുവൻ തുടച്ചുനീക്കാം. ഏത് ലോകമഹായുദ്ധ ങ്ങളെക്കാൾ വലിയ യുദ്ധമായിരിക്കുമത്. ഞാൻതന്നെ വലിയവനെന്ന ഹങ്കരിച്ച് നടക്കുന്ന നിന്നെപ്പോലുള്ള മനുഷ്യൻ ഒന്നുമല്ല. ഒരുകാലത്ത് മൃഗങ്ങൾ ഭൂമി വാഴുന്ന ഒരു കാലമുണ്ടാവുമെന്ന് ഏതോ ശാസ്ത്രജ്ഞൻ പ്രവചിച്ചിട്ടുണ്ടത്രെ. മൃഗത്തിൽനിന്ന് മനുഷ്യനിലേക്ക് രൂപാന്തരണം സംഭ വിച്ചതുപോലെ മനുഷ്യനിൽനിന്ന് മൃഗങ്ങളിലേക്ക് ഒരു രൂപാന്തരണം സംഭവിക്കാമല്ലോ. നിർഭാഗ്യമെന്ന് പറയട്ടെ. മനുഷ്യർ മൃഗങ്ങളുടെ ചേഷ്ട കളും സ്വഭാവങ്ങളും കാണിച്ചുതുടങ്ങിയിരിക്കുന്നു. ഏറ്റവും വലിയ ഉദാ ഹരണം നീ തന്നെയാണ്. നീ മനുഷ്യനും ഞാൻ മൃഗവുമാണ്. ഞാൻ പറയുന്നത് നിനക്ക് കേൾക്കാം. അതിനർത്ഥം എന്താണ്? നിനക്ക് എന്തോ രൂപാന്തരണം സംഭവിച്ചുകൊണ്ടിരിക്കുന്നു എന്നല്ലേ? അതായത് നമ്മളൊരേ വർഗ്ഗമായിക്കൊണ്ടിരിക്കുകയാണ്.

പണ്ട് ബയോളജി ക്ലാസിൽ പഠിച്ച ഡാർവ്വിന്റെ പരിണാമ സിദ്ധാ ന്തവും ലിനേയസിന്റെ വർഗ്ഗീകരണവും അയാളുടെ മനസ്സിലൂടെ ഒന്നു കൂടി കടന്നുപോയി.

Every Action has an equal and opposite reaction.

എന്നു ന്യൂട്ടൻ പറഞ്ഞതുപോലെ ഇനി തിരിച്ചൊരു രൂപാന്തരണവും പരിണാമവും സംഭവിച്ചുകൂടായ്കയില്ലല്ലോ.

"ഇനി പറ! നീ എന്നെ കൊല്ലാൻ കൊണ്ടുപോവുന്നത് ശരി യാണോ?"

അവൾ ചിന്തയിൽ നിന്നുണർന്നു.

"അത്... പക്ഷേ, നീ മനുഷ്യന് ദ്രോഹങ്ങൾ ചെയ്യുന്നതു കൊണ്ട ല്ലേ?"

"ഇതൊക്കെ ദ്രോഹങ്ങളാണോ? ഞങ്ങൾക്കുള്ള ഭക്ഷണം ഞങ്ങൾ കണ്ടെത്തുന്നു. അതെങ്ങനെ നിന്നെ ദ്രോഹിക്കലാവും? നീ ഓർത്തോ... ഒരു പെരുച്ചാഴി വിചാരിച്ചാൽ നീ നില്ക്കുന്ന തറതന്നെ മറിച്ചിടാൻ എളു പ്പമാണ്."

"നിങ്ങളാരോടാ മനുഷ്യാ ഈ സംസാരിക്കുന്നത്? ആ പെരുച്ചാ ഴിയെ കുളത്തിൽ കൊണ്ടുപോയി മുക്കിക്കൊന്ന് വേഗം ജോലിക്ക് പോവാൻ നോക്ക്!"

അയാൾ ഭാര്യയെ അത്ഭുതത്തോടെ നോക്കി. ഇവളെന്തൊക്കെയോ വികൃത ശബ്ദങ്ങൾ പുറപ്പെടുവിക്കുന്നല്ലോ! ഒന്നും വ്യക്തമായി മനസ്സി ലാവുന്നില്ല. ഭാര്യ വീണ്ടും എന്തൊക്കെയോ പിറുപിറുത്തുകൊണ്ട് അലക്കുകല്ലിനടുത്തു പോയി തുണിയിൽ ദേഷ്യം തീർത്തുകൊണ്ടിരുന്നു.

ഏതോ അദൃശ്യശക്തിയിലെന്നതുപോലെ അയാളുടെ വിരലുകൾ കെണിയുടെ കൊളുത്തുകൾ വേർപെടുവിച്ചു. പെരുച്ചാഴി ജീവനും കൊണ്ട് പാഞ്ഞു. അയാൾ കെണിക്കുള്ളിലേക്ക് ഞെരുങ്ങിക്കയറാൻ ശ്രമിച്ചു. അത്ഭുതകരമാംവിധം തന്റെ ദേഹം ചെറുതാവുന്നതും വാൽമുളയ്ക്കുന്നതും ദേഹമാസകലം രോമാവൃതമാവുന്നതും മുന്നിലെ രണ്ട് പല്ലുകൾ നീണ്ടുവരുന്നതും അയാളറിഞ്ഞു. പ്രപഞ്ചസത്യങ്ങൾ ഒരിക്കലും പിടിതരാത്തവയാണ്. അനായാസേന അയാൾ പെട്ടിക്കുള്ളിൽ കയറിയതും വാതിലിന്റെ കൊളുത്തുവീണു.

സിറോഅവർ

ഗോവ ഫിലിം ഫെസ്റ്റിവലിനിന്ന് തിരിതെളിയുകയാണ്. അപ്രതീക്ഷിതമായാണ് അവൾ അതിഥിയായി ക്ഷണിക്കപ്പെട്ടത്. പെണ്ണിന്റെ പ്രണയം ഉടലാഴങ്ങളിൽ മാത്രമല്ലെന്ന് പരത്തിപ്പറഞ്ഞിട്ടും ഉൾക്കൊള്ളാനാവാത്ത ഒരുവനെ ശ്വാസത്തിൽ പേറിയാണ് ഫ്ളൈറ്റിറങ്ങിയത്. ഓർമ്മയുടെ ഏതോ തീരത്ത് അവളും അവനും ഇപ്പോഴും കലഹിച്ചു കൊണ്ടിരിക്കുകയാണ്. ഒട്ടും സമരസപ്പെടാനാവാതെ, ഗാഢമായ സ്നേഹത്തിന്റെ പരിസമാപ്തി വെറുപ്പായിരിക്കുമെന്ന് എവിടെയോ വായിച്ചത് അവളോർത്തു. ഫങ്ഷൻ കഴിഞ്ഞ് ഇറങ്ങിയപ്പോഴാണ് സദസ്സിൽ ഏറെ പ്രിയതരമായ ആ കണ്ണുകൾ ശ്രദ്ധയിൽപ്പെട്ടത്. അവളുടെ കാലുകൾ അങ്ങോട്ട് നയിക്കപ്പെടുകയായിരുന്നു.

"എപ്പോഴെത്തി?"

"ഇന്ന് രാവിലെ."

"ഞാൻ കരുതിയിരുന്നു ഇവിടെ കാണുമെന്ന്."

"ഞാനും."

"നമുക്ക് കുറച്ചു നടന്നാലോ? എനിക്കറിയാമായിരുന്നു നീയിവിടെ കാണുമെന്ന്. നീയില്ലാതെ എന്റെ ചിന്തകൾ ചിതലരിക്കുകയായിരുന്നു. കുറച്ചുനേരം നമുക്ക് ഈ മണൽപ്പരപ്പിലിരിക്കാം."

"നീയെന്താണ് ഒന്നും മിണ്ടാത്തത്?"

"ഇനിയെന്ത് പറയാൻ? ഇനിയും നമ്മൾ ഒരുമിക്കുമെന്ന് നീ കരുതുന്നുണ്ടോ?"

"ഉണ്ട്. എനിക്ക് നിന്നിൽ വലിയ വിശ്വാസമുണ്ട്."

"എനിക്ക് വിശ്വാസമില്ല."

"ഞാനൊന്നു ചുംബിച്ചോട്ടെ നിന്റെ ചുണ്ടിൽ?"

“വേണ്ട. എനിക്ക് താല്പര്യമില്ല.”

“പക്ഷേ, എനിക്ക് നിന്നെ ചുംബിച്ചേ മതിയാകൂ. നിന്റെ ഉമിനീരിൽ അലിഞ്ഞില്ലാതെയാവണമെനിക്ക്. ഇനിയൊരിക്കലും നിന്റെ ചുണ്ടുകൾ മറ്റൊരു രുചി അറിയരുത്. അവസാനത്തെ തേൻകണവും നമുക്കൊരുമിച്ച് നുകരണം.”

അവൾ ഒരു സയനൈഡ് ഗുളിക ചുണ്ടിൽവെച്ച് അവന്റെ ചുണ്ടിലേക്ക് ചുണ്ടമർത്തി.

പ്രണയത്തിന്റെ ആഴം സ്ത്രീയിലാണത്രെ കൂടുതൽ.

ആണ്ടുബലി

പരികർമ്മിയുടെ നിർദ്ദേശങ്ങൾക്കനുസരിച്ച് കർമ്മങ്ങൾ ചെയ്യാൻ തുടങ്ങി. സൂര്യനെ സാക്ഷിയാക്കി തെക്കോട്ട് തിരിഞ്ഞിരുന്നാണ് കർമ്മങ്ങൾ നിർവ്വഹിക്കുന്നത്. മുന്നിൽവെച്ച നാക്കിലയിൽ ഉരുളച്ചോറ്, തുളസി, എള്ള്, പൂവ് (ചെറൂള), അക്ഷദം (നെല്ല്, അരി), ചന്ദനം, ദർഭ, പുല്ല്, പവിത്രം, കൂർച്ചം എന്നിവ നിരത്തിവച്ചിരിക്കുന്നു. ദേശകാല സങ്കല്പമെന്ന് മനസ്സിൽ നിനച്ച് കൈകൂപ്പി സകല പിതൃക്കളാലും അനുഗൃഹീതനാവാനുള്ള മന്ത്രം ചൊല്ലി.

“മമ ഉപാക്താം സമസ്താം
ദുരിദക്ഷേ ദ്വാരാ
പിതൃപരമ്പരാ പ്രീത്യാർത്ഥ
പാർവ്വണശ്രാദ്ധം
അഹം കരിശ്യേൻ.”

പവിത്രം നനച്ച് വലതു കൈയിലെ മോതിരവിരലിലിട്ട് തുളസിയും അക്ഷദവുമെടുത്ത് മന്ത്രം ചൊല്ലി കിണ്ടിയിലെ വെള്ളത്തിലിട്ട് തീർത്ഥം തയ്യാറാക്കി.

“ഓംഗംഗൈച്ച യമുനൈച്ച
ഗോദാവരീ സരസ്വതീ
നർമ്മദേ സിന്ധു കാവേരി
ജലേസ്മിൻ സന്നിധിൻ ഗുരോ.”

സങ്കല്പ പീഠത്തിൽ പിതൃക്കളെ ആവാഹിച്ചിരുത്തി

"മമ വർഗ്ഗ ധ്വയ പിതൃഭ്യോ നമഃ"

എന്ന പ്രാർത്ഥനയോടെ മൂന്ന് തവണ തീർത്ഥവും ചന്ദനവും പൂവും നല്കി.

"ഓം നമോ നാരായണായ"

ആദ്യമായാണ് അച്ഛന്റെ ആണ്ടിന് ബലിയിടുന്നത്. എല്ലാ വർഷവും അമ്മ ഓർമ്മിപ്പിക്കാറുണ്ട്. കുഞ്ഞൂട്ടാ ഒരിക്കലുണ്ട് അച്ഛന് ബലിയിടണം ട്ടോ ന്ന്. കഴിഞ്ഞ പതിനഞ്ച് വർഷക്കാലവും അതോർമ്മിപ്പിക്കാൻ അമ്മയുണ്ടായിരുന്നു. എന്നിട്ടെന്താ ഒരു വർഷംപോലും ബലിതർപ്പണം നടത്തിയിട്ടില്ല. ഈ വർഷം ഓർമ്മിപ്പിക്കാൻ അമ്മയില്ല. പെങ്ങളാണ് വിളിച്ചത്. "കുഞ്ഞൂട്ടേട്ടാ നാളെയാണ് ട്ടോ ഒരിക്കല്. മറ്റന്നാൾ അച്ഛന് ബലിയിട്ണില്ല്യേ ഏട്ടൻ?"

യുക്തിവാദി മനോഭാവംകൊണ്ട് അച്ഛന്റെ കണ്ണിൽ താന്തോന്നിയായ മകന് അതൊന്നും ചെയ്യാനിതുവരെ തോന്നിയിട്ടില്ല. ജീവിച്ചിരിക്കുന്ന കാലത്തോ തളർവാതം പിടിപെട്ട് കിടപ്പിലായപ്പോഴോ അച്ഛനെ തിരിഞ്ഞുനോക്കാൻ സാധിച്ചിട്ടില്ലെന്ന കുറ്റബോധം മനസ്സിനെ വല്ലാതെ അലട്ടുന്നുണ്ടായിരുന്നു. ഓരോ ആണ്ടിനും ശ്രാദ്ധച്ചോറുണ്ണാൻ വന്ന അച്ഛൻ നിരാശനായി മടങ്ങിക്കാണുമോ?

പരികർമ്മിയുടെ നിർദ്ദേശങ്ങൾ യാന്ത്രികമായി അനുസരിച്ചപ്പോഴും മനസ്സ് വിഷാദമൂകയായിരുന്നു. ഈ ജന്മത്തിന്റെ അർത്ഥശൂന്യത വല്ലാതെ അലട്ടുകയായിരുന്നു. കർമ്മിയുടെ ശബ്ദം ചിന്തകളിൽനിന്നുണർത്തി.

"ഇനി അച്ഛനെ മനസ്സിൽ ധ്യാനിച്ച് പുഴയിലിറങ്ങി കിഴക്കോട്ട് തിരിഞ്ഞുനിന്ന് തലയ്ക്കു മുകളിലൂടെ പടിഞ്ഞാറോട്ടേക്ക് നാക്കിലയെറിഞ്ഞ് മൂന്നുവട്ടം മുങ്ങിനിവരുക."

അച്ഛനെ മനസ്സിൽക്കരുതി അച്ഛനേറ്റവുമിഷ്ടപ്പെട്ട ഭവാനിപ്പുഴയിൽ മുങ്ങി. കുട്ടിക്കാലത്ത് അച്ഛന്റെകൂടെ പൂരം കാണാൻപോയ കുഞ്ഞൂട്ടനായി... കണ്ണിലും മൂക്കിലും മൂർദ്ധാവിലും അച്ഛന്റെ സ്നേഹത്തിന്റെ തണുപ്പറിഞ്ഞു. കോലായിൽ അച്ഛന്റെ നെഞ്ചിലൊട്ടിക്കിടന്നുറങ്ങുന്ന പഴയ മൂക്കൊലിയൻ ചെക്കനായി പുഴയുടെ മാറിൽ അമർന്നുകിടന്നു. സ്നേഹമാണ്... പ്രപഞ്ചമെന്ന വലിയ തിരിച്ചറിവിൽ ഭവാനിപ്പുഴ പതിവുപോലെ ഒഴുകിക്കൊണ്ടേയിരുന്നു.

ഉത്തരംതാങ്ങി

എന്താണ് ഒരു മാധ്യമ പ്രവർത്തകന്റെ ജീവിത ലക്ഷ്യം? അത് രാഷ്ട്ര പുനർനിർമ്മാണം തന്നെയാണ് എന്ന് ഞാൻ വിശ്വസിക്കുന്നു. ലോകജനതയുടെ പഞ്ചേന്ദ്രിയങ്ങളും അയാൾ തന്നെയാണ്. സാമൂഹിക രാഷ്ട്രീയ വർഗ്ഗീയ അരാജകത്വത്തിൽ ഓരോ വ്യക്തിയുടെയും വ്യക്തിത്വം പോലും ഇരുമ്പഴികൾക്കുള്ളിലാവുന്ന ഈ കാലഘട്ടത്തിൽ ഒരു മാധ്യമ പ്രവർത്തകന് തീർച്ചയായും വെറുതെയിരിക്കാനാവില്ല. സ്വന്തം പേന ത്തുമ്പുകൊണ്ട് ലോകത്തിന്റെ മുഖച്ഛായ മാറ്റുക എന്നതാണയാളുടെ ജീവിത ലക്ഷ്യംതന്നെ.

ഇതൊക്കെ ഇത്ര ആധികാരികമായി പറയാൻ ഞാനാര്? ഞാൻ വെറുമൊരു പല്ലി. ഉത്തരം താങ്ങിയെന്ന് ആളുകൾ പരിഹസിക്കുന്ന പാവം ജീവി. കാണുന്ന കാര്യങ്ങളിൽ സത്യവും മിഥ്യയും വേർതിരിച്ചറിയുന്ന തിനും മനുഷ്യന്റെ ശ്രവണപരിധിയിൽ വരാത്ത ഇൻഫ്രാറെഡ് വികി രണങ്ങളെപ്പോലും പിടിച്ചെടുക്കാൻ കഴിയുന്ന ഉരഗവർഗ്ഗം. പല്ലി വാൽ മുറിച്ചിടുന്നത് പേടിച്ചിട്ടാണെന്നാണ് ചിലരുടെ വാദം. പക്ഷേ, ആക്രമി ക്കാൻ വരുന്ന ജീവികളെ കബളിപ്പിക്കാൻ എനിക്കല്ലാതെ ആർക്ക് കഴിയും? ദിനോസറുകളുടെ വംശപരമ്പരയിൽ പെട്ടതല്ലേ ഞാൻ? എങ്കിലും ആളുകൾക്ക് ഞാൻ വെറും പല്ലി. ഉത്തരംതാങ്ങി.

****

ഇന്ന് രാവിലെയാണ് *ദ ഹിന്ദു* ദിനപ്പത്രത്തിൽ ഒരു ലേഖനം കണ്ണിൽപ്പെട്ടത്. മാധ്യമ സ്വാതന്ത്ര്യത്തിനായി വാദിക്കുന്ന ആ ലേഖനം വായിക്കാതെ ഒഴിവാക്കാൻ സാധിക്കുന്നതായിരുന്നില്ല. ലേഖകൻ ആ രാജ്യത്തെ ഒരു പ്രമുഖ മാധ്യമ പ്രവർത്തകൻ തന്നെയായിരുന്നു എന്ന താണതിന് കാരണം. വിമർശകരെയും സ്വതന്ത്ര ചിന്താഗതിയുള്ള ഓരോ

പൗരനെയും നോട്ടമിട്ടിരിക്കുന്ന ഭരണകൂടത്തിനെതിരായിരുന്നു ആ ലേഖനം. അതു വായിച്ചുകഴിഞ്ഞ് അല്പനേരം ഞാൻ ചിന്തയിലാണ്ടുപോയി. എന്താണ് ഭരണഘടന അനുശാസിക്കുന്ന സ്വാതന്ത്ര്യം? സ്വതന്ത്രമായി ജീവിക്കുക. ഇഷ്ടമുള്ളയിടത്തേക്ക് യാത്ര പോവുക. അഭിപ്രായ സ്വാതന്ത്ര്യം ഇതൊക്കെ തന്നെയല്ലേ അത്? സ്വാതന്ത്ര്യഹത്യക്കെതിരെ തൂലിക ചലിപ്പിക്കേണ്ടത് അത്യാവശ്യം തന്നെ.

ഒന്ന് ടൗണിൽ പോയി അത്യാവശ്യമുള്ള കുറച്ച് ജോലികൾ ചെയ്ത് തിരിച്ചു വന്ന് ടെലിവിഷൻ ഓൺ ചെയ്തപ്പോൾ ബ്രേക്കിങ് ന്യൂസ് കാണിക്കുന്നതാണ് ശ്രദ്ധയിൽ പെട്ടത്. പത്രത്തിൽ ആ ലേഖനം എഴുതിയ ലേഖകൻ അതിദാരുണമായി കൊല്ലപ്പെട്ടിരിക്കുന്നു. തരിച്ചിരുന്നുപോയി. ഇത് കാലങ്ങളായി ആവർത്തിച്ചുകൊണ്ടിരിക്കുന്ന ഒരു കലാപരിപാടി തന്നെയല്ലേ? ഈയടുത്താണ് പെരുമാൾ മുരുകൻ എന്ന എഴുത്തുകാരന്റെ ദുരവസ്ഥ പത്രത്തിൽ വായിച്ചത്. അദ്ദേഹത്തിന്റെ പുസ്തകങ്ങൾ തെരുവോരത്ത് കൂട്ടിയിട്ട് കത്തിക്കുകയായിരുന്നു.

****

"ഇത് ഓരോ സ്വതന്ത്ര ചിന്താഗതിയുള്ള പൗരനും അഭിമുഖീകരിക്കുന്ന പ്രശ്നമാണ്." ഇതാരുടെ ശബ്ദമാണ്? സാമാന്യത്തിലധികം വലിപ്പത്തിലുള്ള ഒരു പല്ലിയെ മാത്രമേ ചുമരിൽ കണ്ടുള്ളൂ. അപ്പോൾ ആ പല്ലിയാണോ ഇത്രനേരവും സംസാരിച്ചത്? ആ കഠോരശബ്ദം തുടർന്നു. ദുരൂഹമായ പതിനേഴ് ദിനങ്ങൾക്കൊടുവിലാണ് സത്യം ഭരണകൂടം സ്ഥിരീകരിച്ചത്. നിങ്ങൾ കണ്ണടയ്ക്കൂ. ആ ദൃശ്യങ്ങൾ നിങ്ങൾക്ക് കാണാം. നിങ്ങൾ ഒരു വിപ്ലവകാരിയാണ്. പേന ആയുധമാക്കിയ വിപ്ലവകാരി. നിങ്ങളിലൂടെ ലോകത്തിൽ വലിയ മാറ്റങ്ങൾ വരാനുണ്ട്. ഇതൊക്കെ പറയാൻ ഈ പല്ലി ആരാണ്? നീ പോടാ പുല്ലേ. അവന്റെ ഉണ്ടക്കണ്ണുകളിലേക്ക് ഒന്നേ നോക്കിയുള്ളൂ. എന്തൊക്കെയോ ദൃശ്യങ്ങൾ തെളിയുന്നു.

അറിയപ്പെടുന്ന ഒരു മാധ്യമ പ്രവർത്തകനായിരുന്നു അയാൾ. ജീവിച്ച കാലഘട്ടത്തിൽ അനീതിക്കും അസമത്വത്തിനും എതിരെ ഘോരമായിത്തന്നെ പോരാടിയ ഒരു തൂലികയായിരുന്നു അയാളുടെത്. അതുകൊണ്ടുതന്നെ രാജ്യം സംശയദൃഷ്ടിയോടെയാണയാളെ കണ്ടിരുന്നത്. ഈയടുത്താണ് അയാൾ യു എസിൽ പ്രവാസിയായി എത്തുന്നത്. അഫ്ഗാനിലെ സോവിയറ്റ് അധിനിവേശം റിപ്പോർട്ട് ചെയ്തത് അദ്ദേഹമാണ്. രാജകുടുംബത്തിന്റെ കടുത്ത വിമർശകനായതോടെയാണ് സ്വന്തം രാജ്യത്തുനിന്ന് അദ്ദേഹത്തിന് പലായനം ചെയ്യേണ്ടിവന്നത്. ഡയാന രാജകുടുംബവുമായി ബന്ധമുള്ളയാളാണ് അദ്ദേഹം. വാഷിങ്ടൺ പോസ്റ്റിലെ പ്രതിമാസ പംക്തിയിൽ സൗദി രാജാവിന്റെ നയങ്ങളെ അദ്ദേഹം ക്രൂരമായി വിമർശിച്ചിരുന്നു.

അയാളുടെ കൊലപാതകത്തെപ്പറ്റി സൗദി ഭരണകൂടം അറിഞ്ഞില്ലെന്ന് പറഞ്ഞ് അവർ കൈകഴുകുകയായിരുന്നു. സൗദിയുടെ സഹായഹസ്തം നീളേണ്ടത് യു എസിന്റെ ആവശ്യമായതുകൊണ്ട് ഇറാനെ

തിരെ പറയുന്നതിൽ അവരും മൗനംപാലിച്ചു. എന്നാൽ ഈ ക്രൂരമായ കൊലപാതകത്തിന്റെ ഓഡിയോ വീഡിയോ തെളിവുകൾ കൈയിലുണ്ടെന്ന് പറയുന്നത് തുർക്കിയാണ്.

തന്റെ പ്രതിശ്രുത വധുവിനോട് താൻ തിരിച്ചുവന്നില്ലെങ്കിൽ തുർക്കി പ്രസിഡന്റുമായി ബന്ധപ്പെടാൻ അയാൾ നിർദ്ദേശിച്ചിരുന്നു. സൗദി കോൺസുലേറ്റ് പരിശോധനയ്ക്ക് വിധേയമാക്കണമെന്ന് തുർക്കി ആവശ്യപ്പെടുന്നുണ്ട്. സൗദി കോൺസുലേറ്റിൽ അയാൾക്ക് കെണിയൊരുക്കുകയായിരുന്നു മൃതദേഹം വെട്ടിമുറിച്ചത്. കഷണങ്ങളാക്കാൻ അതിവിദഗ്ദ്ധമായി റിയാദിൽ എത്തിക്കുകയാണുണ്ടായത്. എല്ലുകൾ മുറിക്കാനുള്ള ശസ്ത്രക്രിയാ ഉപകരണവുമായാണ് ഫോറൻസിക് പാതോളജിസ്റ്റ് എത്തിയത്.

പെട്ടെന്ന് ആ ഘനഗംഭീര ശബ്ദം നിലച്ചു. കണ്ണുതുറന്ന് നോക്കി. പല്ലിയുടെ ശ്രദ്ധ ഒരു പാറ്റയിലാണ്. ഇനി ആശാൻ അത് തിന്നിട്ടേ ബാക്കി പറയാൻ സാദ്ധ്യതയുണ്ടാവൂ. ഞാനും ഒന്ന് മയങ്ങട്ടെ. ചാരുകസേരയിൽ ചാരിക്കിടന്നു. ഒരു ഫാസിസ്റ്റ് വിരുദ്ധ ലേഖനം തയ്യാറാക്കാനുണ്ട്. ഈ പല്ലി എന്തിന്റെയെങ്കിലും സൂചനയാണോ? പഴമക്കാർ പറയാറുണ്ട്. പല്ലി ശാസ്ത്രം സത്യമാണെന്ന്. ഇങ്ങനെയുള്ള അന്ധവിശ്വാസങ്ങളിലൊന്നും വിശ്വസിച്ചിട്ടില്ല ഇതുവരെ. പല്ലിക്ക് അതീന്ദ്രിയമായ പല ശേഷികളും ഉണ്ടത്രെ. അത് ശാസ്ത്രീയമായി തെളിയിച്ചതുമാണല്ലോ. കൺപോളകൾ മെല്ലെ അടഞ്ഞുതുടങ്ങിയപ്പോഴാണ് കാലിനടിയിൽ ഒരു തണുപ്പ്... നോക്കുമ്പോൾ ആശാനാണ്. പാറ്റയെ തിന്നു കഴിഞ്ഞ് വീണ്ടും കഥ പറയാനുള്ള തയ്യാറെടുപ്പിലാണ്. ഞാൻ വീണ്ടും കോട്ടുവായിട്ടുകൊണ്ട് എഴുന്നേറ്റിരുന്നു.

നമ്മൾ പറഞ്ഞുനിർത്തിയത് എവിടെയാണ്? ആശാൻ തുടർന്നു. അതെ... ചോദ്യം ചെയ്യലിനിടെ അയാളുടെ വിരലുകൾ മുറിച്ചു. തുടർന്നു തല വെട്ടിനീക്കി. അയാളുടെ നിലവിളി വ്യക്തമായി കേൾക്കുന്ന ഓഡിയോ തുർക്കിക്ക് കിട്ടിയിട്ടുണ്ട്. അദ്ദേഹം പ്രതിശ്രുത വധുവിനെ ഏല്പിച്ചിരുന്ന സ്മാർട്ട് വാച്ച് വഴിയാണ് ശബ്ദരേഖ ലഭിച്ചിട്ടുള്ളത്. ശബ്ദരേഖയിൽ കൊലയാളി സംഘത്തിന്റെ സംഭാഷണമുണ്ട്. മൃതദേഹം കഷണങ്ങളാക്കുമ്പോൾ സംഘത്തിലെ മറ്റാളുകളോട് ഇയർഫോൺ വെച്ച് പാട്ടുകേൾക്കുവാൻ ഡോക്ടർ നിർദ്ദേശിക്കുന്നതും ശബ്ദരേഖയിലുണ്ട്. എന്തൊരു ക്രൂരതയാണത്! ഏറെ അത്ഭുതാവഹമായ വസ്തുത. സൗദിയിലെത്തിയ കൊലയാളി സംഘം താമസിച്ചത് കോൺസുലേറ്റിന് തൊട്ടടുത്തുള്ള ഹോട്ടലിൽ ആയിരുന്നുവെന്നതാണ്.

ഞാൻ സംശയത്തോടെ പല്ലിയാശാന്റെ കണ്ണുകളിലേക്ക് നോക്കി.

ഈ ജീവി എങ്ങനെ ഇതൊക്കെയറിഞ്ഞു? ഈ ഉരഗജീവി ആരാണ്? എനിക്കല്പം പേടിതോന്നി. അവന്റെ കണ്ണുകളിൽ അസാധാരണമായ ഒരു തിളക്കംകണ്ടു. ഞാൻ പേടിച്ച് ബോധരഹിതനായിപ്പോവുമോ എന്നെനിക്ക് തോന്നി.

നീയിതൊക്കെ എന്നോടെന്തിനാണ് പറയുന്നത്?

അവൻ തുടർന്നു.

നീയിത് അറിയണം. നീയൊരു എഴുത്തുകാരനാണ്. ലോകത്തിന്റെ മുക്കിലും മൂലയിലും മനുഷ്യത്വം പിച്ചിച്ചീന്തുന്ന പ്രവർത്തനങ്ങൾക്കെതിരെ പ്രതികരിക്കേണ്ടത് നിന്നെപ്പോലുള്ളവരല്ലാതെ വേറാരാണ്?

ഭരണഘടന അനുശാസിക്കുന്ന സ്വാതന്ത്ര്യമാണ് അഭിപ്രായ സ്വാതന്ത്ര്യം. അത് ഓരോ പൗരനും ലഭ്യമാക്കുക എന്നതാണ് ഒരു മാധ്യമ പ്രവർത്തകന്റെ സർവ്വോപരി ഒരു എഴുത്തുകാരന്റെ ധർമ്മം. നീയിങ്ങനെ ഉറങ്ങി അലസനായിക്കഴിഞ്ഞാൽ പോരാ. നിന്നിലൂടെ എന്റെ സ്വപ്നം സാക്ഷാൽക്കരിക്കണം." തീർത്തും സ്വതന്ത്രചിന്താഗതിയുള്ള ഒരു ജനതയുടെ ഉദയം." അതിന് നീ പല്ലിയല്ലേ? നീയും മനുഷ്യനും തമ്മിൽ എന്താണ് ബന്ധം? മനുഷ്യന് സ്വാതന്ത്ര്യം കിട്ടിയിട്ട് നിനക്കെന്താണ് കാര്യം? ആശാൻ ഒന്നുംപറയാതെ രൂക്ഷമായൊന്ന് നോക്കി. നേരത്തേ തിന്ന പാറ്റയുടെ അവശിഷ്ടം നൊട്ടിനുണഞ്ഞു. ഒന്നും പറയുന്നില്ല. ഇനി മിണ്ടില്ലായിരിക്കും. എന്റെ ഉറക്കം കളഞ്ഞു. പണ്ടാരം ഇനി എഴുതാനുള്ളത് എഴുതാൻ തുടങ്ങാം. ഒരു ഖണ്ഡിക എഴുതിത്തീരാറായപ്പോഴാണ് വീണ്ടും അവന്റെ ഉജ്ജ്വലമായ ശബ്ദം. ഇത് വലിയ കഷ്ടമായല്ലോ ദൈവമേ... ശല്യം, കേൾക്കാതിരിക്കാനും ആവുന്നില്ല. അവന്റെ കണ്ണുകളിലേക്ക് നോക്കുമ്പോഴേ പേടിയാവുന്നു. ഇത് യഥാർത്ഥത്തിൽ പല്ലി തന്നെയല്ലേ? ചെറിയൊരു പേടി മനസ്സിൽ ഉടലെടുത്തു.

നിങ്ങൾക്കറിയാമോ? അയാൾ വിവാഹ സ്വപ്നത്തിലായിരുന്നു. വിവാഹാവശ്യത്തിനുള്ള രേഖകൾ റെഡിയാക്കാനാണ് അയാളെ കോൺസുലേറ്റിൽ വിളിച്ചുവരുത്തിയത്. പ്രതിശ്രുത വധു പുറത്ത് കാത്തുനില്ക്കുകയായിരുന്നു. പക്ഷേ, അയാൾ പുറത്തുവന്നില്ല.

ഏറെ അത്ഭുതകരമെന്നത് എന്താണെന്നറിയാമോ? കൊലപാതക സംഘത്തിൽ പെട്ട ഒരാൾ സൈബർ ചാരപ്രവർത്തനത്തിന് പേര് കേട്ടയാളാണത്രെ.

സൗദി ഭരണകൂടവുമായി തന്ത്രപരമായ സഖ്യം നിലനിർത്തുകയും ആഗോള എണ്ണവില പിടിച്ചുനിർത്തുകയും ചെയ്യേണ്ടത് അമേരിക്കയുടെ ആവശ്യമായതുകൊണ്ട് സൗദിയെ കൈവിടില്ലെന്ന് അമേരിക്കൻ പ്രസിഡന്റ് വ്യക്തമാക്കിയിട്ടുണ്ട്.

കൂടുതൽ ഞെട്ടിപ്പിക്കുന്ന വെളിപ്പെടുത്തൽ, കൊലയാളിസംഘം സഞ്ചരിച്ച വിമാനം സൗദി സർക്കാരിന്റെ ഉടമസ്ഥതയിൽ ഉള്ളതാണെന്നാണ്. ദൗത്യം പൂർത്തിയാക്കി സംഘത്തിൽപെട്ടയാൾ സൗദി കിരീടാവകാശിയെ വിളിച്ചതിന്റെ ശബ്ദരേഖയും തുർക്കി സി ഐ എയ്ക്ക് കൈമാറിയിട്ടുണ്ട്. യു എസിലെ സൗദി അംബാസഡറാണ് അയാളെ, വിവാഹരേഖകൾ കോൺസുലേറ്റിൽ നിന്ന് ലഭിക്കുമെന്നുപറഞ്ഞ് അങ്ങോട്ട് വിളിപ്പിച്ചത്. എന്നാൽ ഈ സംഭവം സൈനിക രഹസ്യാന്വേഷകർക്ക് സംഭവിച്ച വീഴ്ചയാണെന്നും സൗദി കിരീടാവകാശിക്ക് പങ്കി

ല്ലെന്നുമാണ് സൗദിയുടെ നിലപാട്. അയാളുടെ മൃതദേഹം ഇനിയും കണ്ടുകിട്ടിയിട്ടില്ല.

ശബ്ദം വീണ്ടും നിലച്ചു. ഉറക്കം പോയി. എന്തെങ്കിലും വായിക്കാനുള്ള മൂഡുംപോയി. പുറത്തേക്കിറങ്ങി. കയ്പയുടെയും പയറിന്റെയും വള്ളികൾക്ക് പടരാൻ കോട്ടൽകുത്തി കൊടുത്തു. കയ്പവള്ളികളിലെ മഞ്ഞുപ്പൂക്കളിലും ഇലകളിലുമിരിക്കുന്ന ബ്രൗൺ നിറത്തിലുള്ള ഒരുമാതിരി വണ്ടുകളെ തട്ടിക്കളഞ്ഞു. വെണ്ടയിലും തക്കാളിത്തൈകളിലുമൊക്കെ പൂവുണ്ട്. കീടങ്ങൾ ഇരുന്നുതിന്നാൽ പിന്നെ ഇതൊക്കെ കായ്രൂപത്തിൽ കിട്ടുമോയെന്ന് ചിന്തിച്ച് പ്ലാസ്റ്റിക് ബോട്ടിലിൽ തയ്യാറാക്കി വച്ചിരുന്ന വെളുത്തുള്ളിക്കഷായം എല്ലാത്തിലും സ്പ്രേ ചെയ്തു. ഉച്ചയ്ക്കല്പം മുരിങ്ങയിലത്തോരൻ ഉണ്ടാക്കാമെന്നു കരുതി, അല്പം ഇലയും പൊട്ടിച്ച് കാലും കൈയും കഴുകി ഉമ്മറത്തെത്തി. സിറ്റൗട്ടിലെ ചാരുപടിയിൽ ചാരി അല്പനേരം കണ്ണടച്ചിരുന്നു. വീണ്ടും അവന്റെ ഉറച്ച സ്വരം കേൾക്കുന്നു.

പതിനേഴ് ദിനങ്ങൾക്കുശേഷമാണ് സൗദി കോൺസുലേറ്റിൽ വെച്ച് അയാൾ കൊല്ലപ്പെട്ടതാണെന്ന് സൗദി ഭരണകൂടം സ്ഥിരീകരിച്ചത്. അയാളുടെ മൃതദേഹം കൊണ്ടുപോവുന്ന സി സി ടി വി ദൃശ്യങ്ങൾ ലഭിച്ചിട്ടുണ്ട്. ഈ സംഭവവുമായി ബന്ധപ്പെട്ട് പതിനെട്ട് പ്രതികളെ അറസ്റ്റ് ചെയ്തിട്ടുണ്ട്. എങ്കിലും യഥാർത്ഥ പ്രതി ഇപ്പോഴും വിലസുകയാണ്.

ഇതൊക്കെ കേവലം ഒരു പല്ലിയായ ഞാൻ എങ്ങനെയറിഞ്ഞുവെന്ന് നീ അത്ഭുതപ്പെടണ്ട. ഞാൻ പറയുന്നത് നീ ശ്രദ്ധിച്ചു കേൾക്കുക.

നിനക്ക് നടക്കാനുള്ള പാത ദുർഘടം പിടിച്ചതാണ്. അക്ഷരങ്ങളെയാണ്, തൂലികകളെയാണ്, ഗ്രന്ഥശാലകളെയാണ് അവർ ഭയക്കുന്നത്.

സ്വേച്ഛാധിപത്യ ഭരണകൂടങ്ങളും ഭരണാധികാരികളും അവരുടെ ഫ്യൂഡൽ നയങ്ങൾക്കെതിരെ ശബ്ദമുയർത്താൻ തന്റേടമുള്ള, അക്ഷരങ്ങളെ കൂട്ടിപ്പിടിച്ച് വിപ്ലവം നയിക്കുന്നവർക്കെതിരെയാണിപ്പോൾ അക്ഷരം എന്നാൽ ക്ഷരമില്ലാത്തത്. അക്ഷരവിപ്ലവത്തിലൂടെയുള്ള നവോത്ഥാനം എളുപ്പമല്ല. വലിയൊരു ഉത്തരവാദിത്വം ഞാൻ നിന്നെ ഏല്പിക്കുകയാണ്. ഇതെല്ലാം നീ പുറംലോകത്തെ അറിയിക്കണം.

വീണ്ടും ആശാൻ മൗനിയായി ഉത്തരത്തിന്റെ മൂലയ്ക്കലേക്ക് പോയി. ഞാൻ അല്പനേരം ചിന്തിച്ചിരുന്നു. ഈ ജീവി പറയുന്നതിൽ എന്തെങ്കിലും കാര്യമുണ്ടാവുമോ? അവസാനം ഞാൻ അപകടത്തിലാവുമോ?

ഒരു മനുഷ്യജന്മത്തിന്റെ ആത്യന്തികമായ ലക്ഷ്യം എന്താണ്? കേവലം ഭക്ഷണംകഴിച്ചും ഉറങ്ങിയും സമയം കഴിക്കുന്നതിനേക്കാൾ ഉപരിയായി മറ്റുള്ളവർക്ക് ഉപകാരപ്രദമായ എന്തെങ്കിലും കാര്യങ്ങൾ ചെയ്യുക എന്നതുതന്നെയാണ്. ഉടനെതന്നെ ലാപ്ടോപ്പെടുത്തു ഫേസ്ബുക്കിൽ ഒരു ലൈവ് ഇട്ടു.

പ്രിയസൗഹൃദങ്ങളേ,

മനുഷ്യരാശിയെ ഞെട്ടിക്കുന്ന മാധ്യമ കൊലപാതക പരമ്പരകൾ നടമാടുന്ന ഈ കെട്ടകാലത്ത് ഒരു എഴുത്തുകാരൻ എന്ന നിലയിൽ എനിക്ക് മിണ്ടാതിരിക്കാനാവില്ല. മാധ്യമ പ്രവർത്തകരെ പ്രതിക്കൂട്ടിൽ നിർത്തുന്ന ഭരണകൂടത്തിന്റെ പൈശാചിക പ്രവൃത്തികൾക്കെതിരെ ആഞ്ഞടിക്കാൻ തന്നെയാണ് എന്റെ തീരുമാനം. ഉടനെതന്നെ ഒരു റൈറ്റ് അപ് സൗദി ഭരണകൂടത്തിനെതിരെ ഞാൻ എഴുതിത്തുടങ്ങുകയാണ്.' പ്രസിദ്ധീകരണത്തിനുതകുന്ന സ്പേസ് കണ്ടെത്തുക എന്നതും ഒരു പ്രധാന കാര്യം തന്നെയാണ്. അതിനുള്ള ശ്രമത്തിലാണ് ഞാൻ."

ഇത്രയും കാര്യങ്ങൾ ലൈവായി പോസ്റ്റ് ചെയ്തപ്പോൾ എന്തെന്നി ല്ലാത്ത ആനന്ദം ഞാൻ അനുഭവിച്ചു. പല്ലിയെവിടെയോ അപ്രത്യക്ഷനാ യിട്ടുണ്ട്. കാണുന്നില്ല.

****

പിറ്റെ ദിവസം പത്രങ്ങളിലും ചാനലുകളിലും വന്ന വാർത്തകേട്ട് എല്ലാവരും ഞെട്ടി. എഴുത്തുകാരനും മാധ്യമ പ്രവർത്തകനുമായ...... ദുരൂഹ സാഹചര്യത്തിൽ കൊല്ലപ്പെട്ടിരിക്കുന്നു. രാത്രി അദ്ദേഹത്തിന്റെ വീടിനുനേരെ ബോംബാക്രമണം ഉണ്ടാവുകയാണ് ചെയ്തത്. വീട് പൂർണ്ണമായും കത്തിനശിച്ചു. പ്രതികളെ ഉടനെ പിടിക്കാനുള്ള നടപടി കൾ സ്വീകരിക്കുമെന്നും ഇനിയൊരു മാധ്യമ പ്രവർത്തകനും ഇത്തര ത്തിൽ ഒരു ക്രൂരതയ്ക്ക് ഇനി വിധേയമാവുകയില്ലെന്നും സർക്കാർ അറി യിച്ചു.

(കടപ്പാട്; സൗദി മാധ്യമ പ്രവർത്തകൻ ജമാൽ ഖഷോഗി വധിക്ക പ്പെട്ട സംഭവം)

വൈറസ്

രാവിലെ പള്ളിമണിയടിക്കുന്നത് കേട്ടാണ് ഗീവർഗ്ഗീസച്ചായൻ ഉറക്കമുണർന്നത്. "എന്താടീ മറിയേ.. ഇന്നാരുടെയോ ശവമടക്കുണ്ടെന്ന് തോന്നുന്നല്ലോ. ഈശോയേ ആരാ ചത്തത്? ജോണിക്കുട്ടീ? ഇന്നലെ രാത്രി കുവൈറ്റിൽനിന്ന് വിളിച്ചപ്പോൾ ചോദിച്ചതാ പൈലിച്ചേട്ടന് അസുഖം കുറവായോ അപ്പച്ചാ എന്ന്? ഇനി പൈലിയെങ്ങാൻ ആണോ? അതോ തളത്തുംകുണ്ടിലെ ശോശാമ്മച്ചേടത്തിയാണോ? അതാണെങ്കിൽ മാസം മൂന്നായി മൂക്കിൽ ട്യൂബുംകേറ്റി കിടക്കുന്നു. മക്കൾ എട്ടെണ്ണത്തിനെ പെറ്റിട്ട വയറാണ്. എല്ലാം ജോലിയായി അങ്ങ് കണ്ണെത്താദൂരെ. ഈയിടെ അവരുടെ കെട്ടിയോനും ചത്തു. മുറ്റംനിറയെ താറാവും കോഴീം കൈയായി മണിമണിയായി തുള്ളിച്ചാടി നടന്ന ശോശാമ്മ കിടപ്പായിട്ട് മാസം മൂന്നായി. കിടക്കപ്പായിൽത്തന്നെ തൂറലും പെടുക്കലുമൊക്കെ. ഇനി ആ ചേടത്തിയെങ്ങാൻ കാഞ്ഞുപോയോ?"

"എടീ മറിയാമ്മേ... നീയാ തോർത്തും ചെരിപ്പും ഒന്നിങ്ങെടുത്തേടീ... ഞാനൊന്ന് റോട്ടിലോട്ട് ഇറങ്ങിയേച്ചും വരാം."

"ഇതിയാനെന്താ വട്ടാണോ? രാവിലെതന്നെ? വെറും വയറ്റിലാണോ റോട്ടിലേക്കിറങ്ങുന്നത്?"

"നീയതങ്ങ് താടീ... ഞാനിപ്പോൾ വരാം." ഒതുക്കുകല്ലിറങ്ങി താഴെ റോഡിലെത്തി. ആരെയും കാണുന്നില്ലല്ലോ. കുറച്ചുദൂരം മെല്ലെ നടന്നു. അതാ ഇഞ്ചക്കണ്ടത്തിലെ പൗലോസ് മാപ്പിളയും കരക്കാരും പ്രമാണിമാരുമെല്ലാം പള്ളിമേടയിലേക്കാണല്ലോ...

അവരുടെ കൂടെക്കൂടാം. എന്തോ പന്തികേട് തോന്നുന്നുണ്ടല്ലോ!

"എന്നാലും ആ ചെക്കനെ കണ്ണും കൈയുംകാട്ടി മയക്കിയെടുത്ത

തല്ലേ മറ്റവള്? അവളുടെ മൊഞ്ചിൽ ആ പൊട്ടൻ മയങ്ങിപ്പോയതാണ്.

"ആരുടെ കാര്യമാ പൗലോസ് മാപ്പിളേ നിങ്ങൾ പറയുന്നത്."

"ആ ചെക്കനില്ലേ? വറീതു മാപ്പിളയുടെ മകൻ ജോൺസന്റെ മകൻ. എന്നതാ അവന്റെ പേര്? സാജനെന്നോ മറ്റോ ആണ്. ആ അടയ്ക്കാകച്ചോടക്കാരൻ നൈസാമലിയുടെ മകൾ സാബിറാനെ പ്രേമിച്ചതിന് അവരെല്ലാം കൂടിപ്പിടിച്ച് കല്യാണം കഴിപ്പിച്ചില്ലേ? അവരവനെ പൊന്നാനീക്കൊണ്ടോയി തൊപ്പിയിടീച്ച് പേരും മാറ്റിയിരുന്നു. ഷാജഹാൻ എന്നോ മറ്റോ.. അവനാ ചത്തത്. ചത്തതാണെന്നും അല്ല കൊന്നതാണെന്നും പറയുന്നു. എന്തായാലും നമ്മടെ അച്ചനിതെന്തിന്റെ കേടാ? മാർക്കം കൂടിയ ഒരുത്തനെ പള്ളി സെമിത്തേരിയിൽ അടക്കാൻ പാടുണ്ടോ? ഇവിടെ പള്ളിയും പട്ടക്കാരുമൊന്നുമില്ലേ? അങ്ങനെ വിട്ടാൽ പറ്റില്ലല്ലോ. നമുക്ക് രണ്ടിലൊന്നറിഞ്ഞേ പറ്റൂ."

എല്ലാവരുംകൂടെ പള്ളിമേടയിലെത്തിയപ്പോൾ അച്ചനും കൊച്ചച്ചനും പ്രാർത്ഥനയ്ക്കുള്ള തയ്യാറെടുപ്പിലാണ്.

"എന്നാ ഏർപ്പാടാ അച്ചോ ഇത്? ഊളത്തരമാണല്ലോ നിങ്ങളീ ചെയ്യുന്നത്? നമ്മുടെ സഭയിൽനിന്ന് മാറിപ്പോയ ഒരുത്തനെ നമ്മുടെ പള്ളിയിലടക്കുന്നത് ശരിയാണോ? ഞങ്ങൾ കരക്കാർ ഇതൊന്നും അനുവദിക്കാൻ പോണില്ല. പള്ളീലച്ചനാണെന്നും വച്ച് എന്ത് തോന്ന്യാസവും ചെയ്യാം എന്നാണോ?" കൂട്ടത്തിൽ കള്ളുക്കുടിയൻ അന്ത്രോസ് മുണ്ട് മടക്കിക്കുത്തി ഒരു കാൽ പള്ളിമേടയുടെ തിണ്ണയിലേക്ക് കയറ്റിവെച്ച് അരയിൽനിന്ന് കത്തിയെടുത്ത് തുടയിൽ ചൊറിഞ്ഞുകൊണ്ട് അച്ചനെ രൂക്ഷമായൊന്നുനോക്കി.

പൗലോസ് മാപ്പിളയ്ക്ക് ക്ഷമകെട്ടു. അച്ചനാണെങ്കിൽ ഒന്നും പറയുന്നുമില്ല.

"ഏത് കള്ള ഹിമാറിനാടാ ഞങ്ങടെ ഷാജഹാന്റെ മയ്യത്ത് സെമിത്തേരിയിലടക്കേണ്ടത്? പറയെടാ നായിന്റെ മക്കളെ..." ഒന്നരക്കാലൻ ബീരാനിക്കയും കുഞ്ഞിപ്പോക്കറും പ്രമാണിക്കാരായ കുഞ്ഞാപ്പൂട്ടിയും മെമ്പർ ആയിശുമ്മയും പ്രസിഡന്റ് അഹമ്മദാജിയും എല്ലാംകൂടി ഒരു ഒന്നൊന്നരവരവാണല്ലോ!!!

"എന്ത്ന്ന് ബലാലാങ്ങള്ണ്ടാക്കിവെക്ക്ണ് അച്ചോ?" പ്രസിഡന്റ് അഹമ്മദാജി അച്ചന്റെ നേരെയാണ്. "ഇങ്ങളെ ഇടവകയിലെ ചെക്കനാരുത്തേനിം. പക്ഷേങ്കില് ഓനിപ്പോ പൊന്നാനീപ്പോയി മതം പഠിച്ച് ഞങ്ങളെ സമുദായത്തിലേക്ക് മാർക്കം കൂടിക്ക്ണ്. ഓന്റെ പേരും മാറ്റീക്ക്ണ്. ഷാജഹാൻന്ന്. ഓന്റെ മയ്യത്ത് ഞമ്മള് ഖബറടക്കും. ഞമ്മന്റെ പള്ളീല്. ഒരു പട്ടീക്കും തരൂല. ഏത് ഹമ്ക്കിനാടാ ആ പൂതി?"

ബീരാനിക്ക അരയിലെ എറച്ചിക്കത്തി വലിച്ചൂരി ഒന്ന് ചെവിക്കുട ചൊറിഞ്ഞ് വീണ്ടും അച്ചനെ രൂക്ഷമായൊന്ന് നോക്കി, കത്തി വീണ്ടും അരയിലെ ബെൽറ്റിൽ തിരുകി.

അതിനിടെ നമ്മുടെ തെക്കേപ്പീടികയിലെ സണ്ണിക്കുട്ടിയുടെ കൊച്ചു മോൻ ഷിജോ മൊബൈലിൽ ആരോടോ സംസാരിച്ച് ധൃതിയിൽ കയറി വന്നു. പ്ലസ്ടു പരീക്ഷ കഴിഞ്ഞിട്ടേയുള്ളൂ ചെക്കൻ. എന്നാലും വല്യ ലോകവിവരമാണെന്നാണ് മട്ട്. അവന്റെ അപ്പാപ്പന്റെ അനുജനാണ് മ്മടെ പള്ളീലച്ചൻ.

“അച്ചോ, ടൗണിലെ മെഡിക്കൽ കോളേജിൽ വച്ചാണ് ഷാജഹാൻ ചേട്ടൻ മരിച്ചത്. ഏതോ പകർച്ചവ്യാധിയാണത്രെ. വവ്വാലിൽനിന്നോ മറ്റോ പകരുന്ന വൈറസാണ് രോഗകാരിയെന്ന് കേൾക്കുന്നു. സ്ഥിരീകരിച്ചി ട്ടില്ല. ‘നിപ്പാ വൈറസ്’ എന്നൊക്കെയാണ് പേര് പറയുന്നത്. ശവശരീരം ആർക്കും വിട്ടുകൊടുക്കാതെ ആസ്പത്രിയിൽത്തന്നെ സംസ്കരിക്കാ നുള്ള ഏർപ്പാട് ചെയ്തിട്ടുണ്ട്. ആ ടീവിയൊന്ന് ഓൺചെയ്ത് നോക്ക ച്ചോ!!”

ടി വി തുറന്നപ്പോൾ ന്യൂസ് വായനയാണ്. കോഴിക്കോട് മെഡിക്കൽ കോളേജിൽ നിപ്പാ വൈറസ് ബാധയെത്തുടർന്ന് യുവാവ് മരിച്ചു. രോഗ ത്തിന്റെ പ്രാധാന്യം കണക്കിലെടുത്ത് ശവശരീരം ഹോസ്പിറ്റലിൽ തന്നെ സംസ്കരിക്കാനാണ് ആരോഗ്യവകുപ്പിന്റെ തീരുമാനം. ജില്ലയിലെ സ്കൂളുകൾ വൈകിയേ തുറക്കൂ എന്ന് കളക്ടർ അറിയിച്ചു. അപകട സാഹചര്യം കണക്കിലെടുത്ത് ആളുകൾ പുറത്തിറങ്ങുമ്പോൾ മാസ്കു കൾ ധരിക്കണമെന്നും പ്രത്യേകം നിർദ്ദേശിച്ചു. അടുത്തതായി ചാനൽ ചർച്ചയിലേക്ക് കടക്കാം.”

എല്ലാവരിലും അല്പനേരം ഒരു നിശ്ശബ്ദത പടർന്നു. അതിനിടയ്ക്ക് ഷിജോ ചാനലൊന്ന് മാറ്റി.

പ്രത്യേക ന്യൂസ് ബുള്ളറ്റിൻ... കോഴിക്കോട് ജില്ലയിലെ മദ്രസകൾ അടച്ചു. റംസാൻ ജുമാ നിസ്കാരം വീട്ടിൽത്തന്നെയായാലും കുഴപ്പമില്ല. ക്രിസ്ത്യൻ ദേവാലയങ്ങളിലെ ഒത്തുകൂടൽ വേണ്ടെന്നുവച്ചു. ആളുകൾ അത്യാവശ്യത്തിന് മാത്രമേ പുറത്തിറങ്ങാവൂ എന്നും കളക്ടർ നിർദ്ദേ ശിക്കുന്നു.

അച്ചൻ എല്ലാവരുടെയും മുഖത്തേക്കൊന്നു നോക്കി. ആർക്കും അച്ചന്റെ മുഖത്ത് നോക്കാൻ ധൈര്യമില്ല. അച്ചൻ ബൈബിൾ കൈയി ലെടുത്ത് അൾത്താരയിൽ കയറി പ്രത്യേക പ്രാർത്ഥന തുടങ്ങി. ആരും എഴുന്നേറ്റുപോയില്ല. പ്രാർത്ഥന കഴിഞ്ഞതും ഓരോരുത്തരും നിശ്ശബ്ദം നടന്നുനീങ്ങി.

ഗീവർഗ്ഗീസച്ചായനും പതുക്കെ വീട്ടിലേക്കു നടന്നു. ഒതുക്കുകല്ല് കയറി വന്നപ്പോഴേ മറിയാമ്മച്ചേടത്തി ചോദിച്ചു. “എന്നതാ മനുഷ്യാ? നിങ്ങളെപ്പോ പോയതാ ഇവിടന്ന്? ആരാ മരിച്ചത്? പള്ളിമണി കേട്ടത് എന്തിനാ?”

“ചത്തത് ഒരു മനുഷ്യനാടീ. ക്രിസ്ത്യാനീം മുസൽമാനും ഹിന്ദുവും

ഒന്നുമല്ല. അതിനെ ആശുപത്രി അധികൃതർ തന്നെ സംസ്കരിച്ചു നീ കുറച്ച് വെള്ളമെടുക്ക് വല്ലാത്ത പരവേശം...."

മറിയാമ്മച്ചേടത്തീ കൊണ്ടുവന്നു വെള്ളം ഒറ്റവീർപ്പിന് കുടിച്ച് ഗീവർഗ്ഗീസച്ചായൻ നീണ്ടുനിവർന്ന് ഒറ്റ കിടത്തം. എങ്ങുനിന്നെന്നറിയില്ല. അങ്ങ് പടിഞ്ഞാറ് ലക്ഷ്യമാക്കി ഒരു ബലിക്കാക്ക പറന്നുനീങ്ങി.

അപരിചിതമായൊരു സ്ത്രീഗന്ധം

ഉച്ചയൂണിന് ചെമ്മീൻതോരൻ തന്നെ വേണമെന്ന് വാശിപിടിച്ച മകനുവേണ്ടി മാർക്കറ്റിൽ പോയി നല്ല മുഴുത്ത ചെമ്മീൻ ഒരു കിലോതന്നെ വാങ്ങി. ഭാര്യ നോൺവെജ് പാചകം ചെയ്യാൻ മിടുക്കിയാണ്. ഇടയ്ക്കൊക്കെ നിന്റെ പാചകം കലക്കനാടി എന്ന് കോംപ്ലിമെന്റ് കൊടുക്കാറുമുണ്ട്. ഇനി കുറച്ചെഴുതാനുണ്ട്. രണ്ടുമൂന്ന് വാരികകളിലെ സ്ഥിരം പംക്തികളും, എഴുത്തുമേശയിൽ റൈറ്റിങ്ങ്പാഡ് എടുത്തുവച്ച് കസേരയിലെ കുഷ്യൻ ശരിയാക്കി ഒന്നു ചാഞ്ഞിരുന്നു. അപ്പോഴാണ് ഫോൺ റിങ്ങ് ചെയ്തത്. പരിചയമില്ലാത്ത നമ്പറാണ്. ഫോണെടുത്ത് കാൾ അറ്റെന്റ് ചെയ്തു.

ഹലോ സാർ, എന്റെ പേര്... അല്ലെങ്കിൽ വേണ്ട. പേരിലൊന്നും വലിയ കാര്യമില്ല. ഇനിയിപ്പോ സാറെന്റെ പേര് അറിഞ്ഞിട്ടെന്താ? ഞാൻ സാറിന്റെ പുസ്തകങ്ങൾ ധാരാളം വായിച്ചിട്ടുണ്ട്. കുറച്ചൊക്കെ എഴുതാറുമുണ്ട്.

സാർ കഴിഞ്ഞ ദിവസം നടത്തിയ പ്രസംഗം മുഴുവനും ഞാൻ പിൻനിരയിലിരുന്ന് കേൾക്കുന്നുണ്ടായിരുന്നു. സാറിനെ പരിചയപ്പെടാനും സെൽഫിയെടുക്കാനും തിക്കുംതിരക്കും കൂട്ടുന്നവരിൽ നിന്നൊക്കെ മാറി നില്ക്കുകയായിരുന്നു. സാർ ഇന്നലെ പ്രസംഗിച്ചപ്പോൾ പറഞ്ഞതാണ് ഒരെഴുത്തുകാരന്റെ വഴികൾ ആത്മസംഘർഷങ്ങൾ നിറഞ്ഞതാണ്. ഡിപ്രഷന്റെ എല്ലാ മുക്കുംമൂലയും തൊട്ടേ ആ യാത്ര മുന്നോട്ട് പോവാറുള്ളൂ. ഒരു എഴുത്തുകാരൻ ഡിപ്രസ്ഡ് ആവുമ്പോൾ കൂടെ നില്ക്കാനും ആശ്വസിപ്പിക്കാനും അയാളുടെ ഭാര്യ ഉണ്ടാവുമല്ലോ. എന്നാൽ എഴുത്തുകാരിയായ ഒരു സ്ത്രീയുടെ സംഘർഷങ്ങളും ഡിപ്രഷനും ഒരു സാധാരണക്കാരനായ ഭർത്താവിന് ഉൾക്കൊള്ളാനാവുമോ? സാറിനെന്ത്

തോന്നുന്നു? ഒരു സൈക്കോളജിസ്റ്റിനെ കാണണമെന്ന് യഥാർത്ഥത്തിൽ ഞാൻ ആഗ്രഹിക്കുന്നു. ഒരു കൗൺസലിങ് എനിക്കത്യാവശ്യമാണ്. പക്ഷേ, എന്റെ ഭർത്താവും ബന്ധുക്കളും എന്നെ മാനസിക രോഗിയെന്ന് മുദ്രകുത്തുന്നത് എനിക്ക് സഹിക്കാനാവില്ല.

ഞാനിന്ന് അടക്കാനാവാത്ത സങ്കടങ്ങളും അസ്വസ്ഥതകളും നിറഞ്ഞ ഒരുതുരുത്തിലാണ്. എല്ലാമൊന്നിറക്കിവെക്കണം. ദൈവത്തോട് പറയാമെന്ന് കരുതി. ജീവനില്ലാത്ത കല്ലിനോട് പറഞ്ഞിട്ടെന്താ കാര്യം. ഒരു മനുഷ്യനെ അലട്ടുന്ന ഒരുവിധം പ്രശ്നങ്ങളുടെയെല്ലാം ഉറവിടം തീവ്രമായ സ്നേഹമാണെന്ന് താങ്കൾക്കറിയാമല്ലോ. ഒരു ഡോക്ടറോടെന്നതുപോലെ ഞാനീ കാര്യങ്ങൾ സാറിനോടൊന്ന് പറഞ്ഞോട്ടെ. സാറിനെന്നെ അറിയില്ല. ഇക്കാര്യം പുറംലോകം അറിയില്ലെന്നെനിക്കുറപ്പുണ്ട്.

അതേ... എഴുത്ത് എന്റെ അസ്ഥിക്ക് പിടിച്ചതെങ്ങനെയെന്ന് ഞാൻ പറയാം. വർഷങ്ങൾക്ക് മുന്നേയാണ് അവനെ ഞാൻ പരിചയപ്പെടുന്നത്. യാദൃച്ഛികമായിട്ടായിരുന്നു അത്. ധാരാളം വായിക്കുന്നവരോടും എഴുത്തുകാരോടും എനിക്ക് വലിയൊരു ആരാധനയായിരുന്നു. യാത്രകൾ ഇഷ്ടപ്പെടുന്ന ഞാനും അവനും എത്ര പെട്ടെന്നാണെന്നോ സുഹൃത്തുക്കളായത്. ആ ശബ്ദം കേൾക്കാതെ ഉറക്കംവരാത്ത അതിനായി മാത്രം കാത്തിരിക്കുന്ന വെറുമൊരു പെണ്ണായി മാറി ഞാൻ. അടുക്കളയിലെ ജോലികൾ മറന്ന് ഭർത്താവിനെ മറന്ന്, കുഞ്ഞുങ്ങളെ മറന്ന്, വായിച്ച പുസ്തകങ്ങളെപ്പറ്റി, ഒരുമിച്ച് പോവാനുള്ള സ്ഥലങ്ങളെപ്പറ്റി മതിമറന്ന് സംസാരിച്ച് അവനും ഞാനും മാത്രമുള്ള ഒരു ലോകം ഞാനുണ്ടാക്കി. ആദ്യമായി അവനെന്നോട് പിണങ്ങിയ ദിവസമാണ് എന്റെ വിരലുകളിൽ ആദ്യ വരി ഉടലെടുത്തത്. പിന്നീടങ്ങോട്ട് അവനുവേണ്ടി ഞാൻ കവിതകളെഴുതി. എന്റെ മുറി നിറയെ അവനുവേണ്ടിയുള്ള വരികളാണ്. ആരും അറിയാതെ ഒരുമിച്ച് യാത്രചെയ്യുമ്പോഴും മഞ്ഞുവീഴുന്ന പുലരികളിൽ അവന്റെ തോളിൽ ചാരിയിരുന്ന് ചൂട് കാപ്പി മൊത്തിക്കുടിക്കുമ്പോഴും ആദ്യമായി അവന്റെകൂടെ ലഹരി നുണയുമ്പോഴും അവന്റെ പെണ്ണായി കിടക്കയിൽ സ്വർഗ്ഗം തീർക്കുമ്പോഴും ഞാനാണീ ലോകത്തിലെ ഏറ്റവും വലിയ ഭാഗ്യവതിയെന്ന് ചിന്തിച്ചിരുന്നു.

അവനൊരിക്കലും എന്നെ ചതിക്കില്ലെന്ന് എനിക്ക് ഉറപ്പുണ്ടായിരുന്നു. ഇത്രയും തീവ്രമായി പ്രണയിക്കുന്നവർക്ക് ഒരിക്കലും പിരിയാനാവില്ലെന്നും മറ്റേതൊരു പുരുഷനെയും പോലെ ഉപയോഗിച്ച് അവനെന്നെ വലിച്ചെറിയില്ലെന്ന അതിയായ ഉറപ്പിലായിരുന്നു എന്റെ മനസ്സ്. അതുകൊണ്ടുമാത്രമാണ് എത്രയോ തവണ രഹസ്യമായി അവന്റെ കൂടെ സമയം ചെലവഴിച്ചത്. അവൻ കൂടെയുള്ളപ്പോൾ അമ്പലമുറ്റത്ത് തേവരുടെ മുന്നിൽ കൈകൂപ്പി നില്ക്കുന്ന ശാന്തതയായിരുന്നു മനസ്സിൽ. ഈ യാത്ര ഒരിക്കലും അവസാനിക്കരുതേ എന്ന പ്രാർത്ഥനയിലായിരുന്നു ഓരോ യാത്രയും. അവന്റെ കൈവിരലുകൾ എന്നിൽ സൃഷ്ടിച്ച മാന്ത്രിക സംഗീതത്തിന് വല്ലാത്ത വിശുദ്ധിയുണ്ടായിരുന്നു. ഒരച്ഛന്റെയോ സഹോ

ദരന്റെയോ വാത്സല്യവും സ്നേഹവും കരുതലും അവനിൽ നിന്ന് ഞാൻ ആഗ്രഹിച്ചിരുന്നു. സ്നേഹം അതിന്റെ തീവ്രതയിൽ നില്ക്കുമ്പോൾ അതിലേറെ തീവ്രത തിരിച്ചുകിട്ടുവാൻ പ്രതീക്ഷിച്ചിരുന്നു. അങ്ങോട്ട് കൂടുതൽ കെയർ ചെയ്യുന്നത് അവനിഷ്ടമല്ലായിരുന്നു. ഇടയ്ക്കിടെ അവനെന്നോട് പിണങ്ങും. എനിക്കത് മരണമായിരുന്നു. ജീവവായുവായിരുന്നു എനിക്കവൻ. എത്ര വേദനിപ്പിച്ചാലും ആ സ്നേഹം എനിക്കുതന്നെ വേണമെന്ന കടുത്ത ആഗ്രഹമായിരുന്നെനിക്ക്. ക്രമേണ അവനെന്നോടുള്ള സ്നേഹം കുറഞ്ഞുവരുന്നതായി അനുഭവപ്പെട്ടു. ഈ മാറ്റം എന്നെ വല്ലാതെ വേദനിപ്പിച്ചു. വിവശയായ ഏതൊരു കാമുകിയെയും പോലെ ഞാനും പൊട്ടിത്തെറിച്ചു. ആത്മഹത്യാ ഭീഷണി മുഴക്കി. നീയെന്നെ വിട്ടു പോവുകയാണെങ്കിൽ നമുക്കിടയിലെ കാര്യങ്ങളത്രയും ഞാൻ പുറത്തു പറയുമെന്ന് ഭീഷണിപ്പെടുത്തി.

ഒട്ടും മയമില്ലാതെ കർശനമായിത്തന്നെ അവൻ പൊട്ടിത്തെറിച്ചു. നീ വെറുമൊരു പെണ്ണാണ്. നിനക്കെന്നെ ഒരു ചുക്കും ചെയ്യാനാവില്ല. നിനക്കെതിരെ ഒരുപാട് തെളിവുകൾ എനിക്ക് പറയാനുണ്ട്. എനിക്കിനി നിന്നെ വേണ്ട മടുത്തു. ഒരുപക്ഷേ, വേറൊരു സൗഹൃദം എനിക്കുണ്ടായേക്കാം.

ഈ വാക്കുകൾ എന്നെ കൊല്ലുന്നവയായിരുന്നു. ജീവനേക്കാളും സ്നേഹിക്കുന്ന ഒരാളിൽനിന്ന് ഇത്തരത്തിലുള്ള സമീപനം വന്നാലുള്ള മാനസിക സംഘർഷം എത്രയായിരിക്കും എന്ന് ഊഹിക്കാമല്ലോ. ഇതായിരുന്നോ അവന്റെ സ്നേഹം? ഒരുമിച്ചുണ്ടായിരുന്നപ്പോഴെല്ലാം ഈ സ്നേഹം എന്റെ ഭാഗ്യമാണ്. നീയില്ലെങ്കിൽ ഞാനൊറ്റയ്ക്കായിപ്പോവും എന്നൊക്കെപ്പറഞ്ഞ അവൻ തന്നെയാണോ ഈ പുലമ്പുന്നത്? ഞാനിപ്പോൾ മരണത്തിന്റെ വക്കിലാണ്. അവനില്ലാതെനിക്ക് ജീവിക്കണ്ട. ഒന്നുകിൽ ഞാനൊരു ഭ്രാന്തിയാവും. അല്ലെങ്കിൽ ഞാൻ ആത്മഹത്യ ചെയ്യും. ഇനിയെഴുതാനും എനിക്ക് സാധിക്കില്ല. അവനില്ലാതെ എന്റെ വിരലുകളിൽ വരികൾ വഴങ്ങില്ല. ഇതെന്റെ ആത്മഹത്യാക്കുറിപ്പായി കാണണം സാർ. ഇത്രയും പറഞ്ഞ് ഫോൺ കട്ടായി.

ആരാണീ സ്ത്രീ? ആ ശബ്ദത്തിന് ലോകത്തിലെവിടെയുമുള്ള ഒരു പ്രണയിനിയുടെ ഗന്ധമാണുള്ളത്. ഒരു സ്ത്രീയുടെ പ്രണയം തീവ്രമാണ്. അവൾക്ക് പ്രണയം മനസ്സാണ്. സംഗീതമാണ്. സാഹിത്യമാണ്. കേവലം ശരീരം മാത്രമല്ല. ഇതെല്ലാം ഞാനും മനസ്സിലാക്കിയതാണ്.

സുഹൃത്തേ... നിങ്ങൾ ഇത്തരത്തിലുള്ള ചിന്തകളിൽ കുടുങ്ങരുത്. നിങ്ങളുടെ കൂടെ ഞാനുണ്ട്. ഒരു നല്ല കേൾവിക്കാരനായി. സുഹൃത്തായി എല്ലാം. നിങ്ങൾക്ക് നിങ്ങളെ ജീവനെക്കാൾ കൂടുതൽ സ്നേഹിക്കുന്ന ഭർത്താവും കുഞ്ഞുങ്ങളുമുണ്ട്. അവരെപ്പറ്റി ചിന്തിക്കുക. ഇതെല്ലാം അവരോട് പറയാനായി നമ്പർ റീഡയൽ ചെയ്തു. ഈ നമ്പർ താല്ക്കാലികമായി റദ്ദ് ചെയ്യപ്പെട്ടിരിക്കുന്നു എന്ന മറുപടിയാണ് ലഭിച്ചത്. മനസ്സ് ഉഴുതുമറിച്ച പാടംപോലെ കലുഷിതമായി. ഇടയ്ക്ക് ഭാര്യ ഒരു കപ്പ് കാപ്പി

മുമ്പിലെ ടീപ്പോയിൽ കൊണ്ടുവച്ചതൊന്നും അറിഞ്ഞതേയില്ല. എത്ര നേരം അങ്ങനെയിരുന്നു എന്നും ഓർമ്മയില്ല. എന്നും രാവിലെ പത്രം വരുമ്പോൾ ആരെങ്കിലും ആത്മഹത്യചെയ്ത ന്യൂസ് ഉണ്ടോ എന്നു നോക്കും. പിന്നെയും കുറേത്തവണ ആ നമ്പറിൽ വിളിച്ചുനോക്കി. നമ്പർ നിലവിലില്ല എന്ന സ്ഥിരം മറുപടിയാണ് കിട്ടിയത്.

എന്നാണ് പുരുഷൻ നന്നാവുക? സ്നേഹത്തെ സ്നേഹമായി കാണാനും പ്രണയത്തിന് മഞ്ഞുതുള്ളിയുടെ പരിശുദ്ധി നല്കാനും അവനെന്നാണ് പഠിക്കുക? ആ സ്ത്രീയെ ഒന്ന് നേരിൽക്കാണണമെന്ന് ആഗ്രഹം തോന്നി. അതാരായിരുന്നിരിക്കും? എഴുത്തുകാരിയാണെന്നല്ലേ പറഞ്ഞത്? പരിചയമുള്ള ആരെങ്കിലുമാവുമോ? ഭാര്യയെക്കൂടി സംശയ ദൃഷ്ടിയോടെ നോക്കിത്തുടങ്ങി.

എന്റെ അക്ഷരങ്ങളിലെ പ്രണയവിവശയായ കാമുകിക്കും ഇതേ ഗന്ധമായിരുന്നു. സ്ത്രീയുടെ പ്രണയം അഗ്നിയാണ്. എല്ലാത്തിനെയും സംഹരിക്കാനുള്ള കഴിവുണ്ട്. കൂടെ തണുപ്പിൽ ചൂടും സുഖവും നല്കുന്നു. എഴുതിക്കഴിഞ്ഞ കഥകളിലെ ഏതെങ്കിലും കഥാപാത്രം ഇറങ്ങി വന്ന് സംസാരിച്ചതാവുമോ? അതോ സ്വപ്നം കണ്ടതായിരുന്നോ? ഒരെത്തും പിടിയും കിട്ടുന്നില്ല.

ഈ മനുഷ്യനെന്താ രാവിലെതന്നെ തുടങ്ങിയോ ഈ കിറുങ്ങിയിരുത്തം? ഈ എഴുത്ത് തലയിൽക്കയറിയ അന്ന് തുടങ്ങിയതാണല്ലോ ദൈവമേ ഈ സ്വഭാവം. ഒരു ഭാവഭേദവുമില്ലാതെ അവളെ തുറിച്ചുനോക്കിക്കൊണ്ടിരുന്നു. എനിക്കുതന്നെ എന്നെ മനസ്സിലാവുന്നില്ല. പിന്നെയല്ലേ നിനക്കെന്ന് മനസ്സിൽ പുലമ്പിക്കൊണ്ട്.

ഇങ്ങേർക്ക് ഭ്രാന്താവുമോ ഈശ്വരാ... ഈ എഴുത്തിന്റെ സൂക്കേടൊന്ന് മാറ്റിത്തരണേ... എന്റേം മക്കടേം തലേവിധി. അല്ലാതെന്താ പറയാ. അവൾ പതിവുപോലെ മൂക്കുചീറ്റലും പതം പറച്ചിലും തുടങ്ങി.

രമേശന്റെ വിശപ്പ്

ചരിഞ്ഞ ഭൂപ്രകൃതിയുള്ള ഒരു മലമ്പ്രദേശമാണ് അവിടം. ദൂരെ നിന്ന് നോക്കിയാൽ മലയുടെ കവിളിലും കഴുത്തിലും തൊട്ടുരുമ്മി നീങ്ങുന്ന വെളുത്ത പഞ്ഞിക്കെട്ടുകൾ പോലെയുള്ള മേഘശകലങ്ങൾ കാണാം. പശ്ചിമഘട്ടത്തിന്റെ ഒരു ഭാഗമാണാ മലനിരകൾ. മലകൾക്കപ്പുറം തമിഴ്നാടാണ്. ഇപ്പോഴും അതിലൂടെ നടപ്പാതയുണ്ടെന്ന് പറയപ്പെടുന്നു. ഫോറസ്റ്റിന്റെ ഭാഗമായതുകൊണ്ട് ധാരാളം വന്യമൃഗങ്ങളുമുണ്ട്. മലയിൽ നിന്ന് താഴോട്ട് നിറയെ വലിയ ഉരുളൻ കല്ലുകളുള്ള കുത്തനെയുള്ള ഇറക്കമാണ്. റോഡെന്നൊന്നും പറയാൻ സാധിക്കില്ല. അതിലൂടെയുള്ള യാത്ര അതിസാഹസികമാണ്. മലയ്ക്ക് മുകളിൽ റബ്ബറും തെങ്ങും എല്ലാമുള്ള ഏക്കറുകണക്കിന് തോട്ടങ്ങളാണ്.

മലയുടെ താഴ്വാരത്താണ് ആളുകൾ കൂടുതലും താമസിക്കുന്നത്. മലമുകളിൽ ആർത്തലച്ചൊരു മഴ പെയ്താൽ മതി പുഴയിലൂടെ വെള്ളം കുത്തിയൊലിച്ചു കേറി അടുത്തുള്ള വീടുകൾ മുഴുവൻ വെള്ളത്തിലാഴ്ന്നു പോവും. ആ വഴിയേ സൈക്കിളിൽ പോകുമ്പോഴെല്ലാം റബ്ബർ മരങ്ങൾക്കിടയിൽ മഞ്ഞച്ചായംതേച്ച ആ ഒറ്റമുറി കെട്ടിടത്തിലേക്ക് കണ്ണ് പാഞ്ഞുപോവും. അതൊരു വായനശാലയാണ് എന്ന് ബോർഡ് കണ്ട് മനസ്സിലാക്കിയതാണ്. വീടിന്റെ തൊട്ടടുത്തായിട്ടും ഇതുവരെ അതിനുള്ളിലേക്ക് കയറാൻ സാധിച്ചിട്ടില്ല. ആ കെട്ടിടം എപ്പോഴും അടഞ്ഞുകിടക്കാറാണ് പതിവ്. വായനശാലയ്ക്ക് മുന്നിലുള്ള റോഡിന്റെ മറുപാതിയിലാണ് റേഷൻകട. അങ്ങോട്ട് റേഷൻ വാങ്ങാൻ പോവുമ്പോഴെല്ലാം ചിന്തിച്ചിട്ടുണ്ട്, വായനശാല കെട്ടിടത്തിന്റെ വാതിൽ തുറന്ന് കിടക്കുകയാണെങ്കിൽ ഒന്ന് കേറണമെന്ന്. നാളിതുവരെ അത് നടന്നിട്ടില്ല. ഇപ്പോഴും കേശവൻ നായർ തന്നെയാണ് റേഷൻ കട നടത്തുന്നത്. സാധനങ്ങൾ

എടുത്തു കൊടുക്കാൻ ഒരു പയ്യനുണ്ട്. ഏറെ അന്തർമുഖനാണവൻ. എന്തെങ്കിലും ചോദിച്ചാൽ കൃത്യമായ മറുപടി മാത്രം. കണ്ടാൽ വലിയ വിദ്യാഭ്യാസ യോഗ്യതയൊന്നും തോന്നുകയില്ല.

ലോക്ക്ഡൗൺ ആയതുകൊണ്ടാവും റേഷൻകടയിൽ ഇന്ന് തിരക്ക് വളരെ കുറവ്. ചുവപ്പ്, വെള്ള, നീല, മഞ്ഞ കാർഡുകളുടെയെല്ലാം സപ്ലൈ വ്യത്യസ്ത ദിവസങ്ങളിലായതിനാൽ വന്നവർ വളരെ ചിട്ടയോടെ സാമൂഹിക അകലം പാലിച്ചാണ് നില്പ്. കണാരേട്ടനും മൂസാക്കയും കല്യാണിയേടത്തിയും മറിയാമ്മച്ചേടത്തിയുമെല്ലാം മഹാമാരിയുടെ ആശങ്കകൾ പങ്കുവെക്കുകയാണ്. രാവിലത്തെ റബ്ബർ വെട്ടലും പാലെടുക്കലും ഉറയൊഴിക്കലും കഴിഞ്ഞാണ് റേഷൻവാങ്ങാൻ എത്തിയത്. ഉച്ചയ്ക്ക് ശേഷമുള്ള ഫ്രീ ടൈമിലാണ് പുസ്തകങ്ങളെക്കുറിച്ചും വായനയെക്കുറിച്ചുമെല്ലാം ഏറെ ഗൃഹാതുരത്വത്തോടെ ഓർക്കാറുള്ളത്. പ്രാരാബ്ധങ്ങളൊന്നും ഇല്ലാത്ത കുട്ടിക്കാലത്ത് വായനശാലയിൽനിന്ന് ധാരാളം പുസ്തകങ്ങളെടുത്ത് വായിക്കാറുണ്ടായിരുന്നു. കുമ്മാളിപ്പാടത്ത് അമ്മയുടെ തറവാട്ടിലായിരുന്നു അന്ന് പൊറുതി. വായിച്ച പുസ്തകങ്ങളിൽ മനസ്സിൽ തട്ടിയത് എം ടിയുടെ കഥാപാത്രങ്ങളായിരുന്നു. ഓരോ കഥാപാത്രത്തിനും സ്വന്തം മുഖം നല്കാറുണ്ടായിരുന്നു. ഭ്രാന്തൻ വേലായുധൻ മനസ്സിൽ വല്ലാതെ പതിഞ്ഞിരുന്നു. പിന്നീടെപ്പോഴോ ആണ് ഒ വി വിജയനെ വായിക്കാൻ തുടങ്ങിയത്. കൂമൻകാവും അള്ളാപ്പിച്ചാമെല്ലാക്കയും നൈസാമലിയും മൈമുനയുമെല്ലാം ഹൃദയത്തിൽ വല്ലാതെ പതിഞ്ഞിരുന്നു.

“നായരേ..... ഈ വായനശാല തൊറക്കാറില്ലേ?”

“ഹാ അതാപ്പൊ നന്നായെ.... ഇക്കാലത്താരാ പുസ്തകൊക്കെ വായിക്കാൻ?” നായരൊരു പരിഹാസച്ചിരി ചിരിച്ചു. “ദാമോരന്റെ മകനില്ലേ ആ ഞൊണ്ടിക്കാലൻ... ന്താ പ്പോ ഓന്റെ പേര്.... ഓർമ്മ വര്ണില്ല... അവന്റെ കയ്യിലാണ് താക്കോൽ. അവൻ ആഴ്ചയിലൊരിക്കലോ രണ്ടാഴ്ച കൂടുമ്പഴോ ഒന്ന് തൊറക്കും. പിന്നെ ഇപ്പോ ലോക്ക്ഡൗണും അല്ലേ? അല്ലെങ്കിലും വല്ലപ്പോഴും മാത്രേ അത് തൊറന്ന് വെക്കാറുള്ളൂ.”

നിരാശയോടെ മഞ്ഞക്കെട്ടിടത്തെ ഒന്നുകൂടി നോക്കി മണ്ണെണ്ണയും റേഷൻകിറ്റും എടുത്ത് നടന്നു.

അമ്മ ഇഹലോകവാസം വെടിഞ്ഞപ്പോൾ അച്ഛന്റെ നാടായ കരിമ്പുഴയിലേക്ക് പറിച്ചു നടപ്പെട്ടതാണ്. അച്ഛന്റെ ഓഹരി കിട്ടിയ അഞ്ച് സെന്റ് ഭൂമിയിൽ ഒരു വീടുംവെച്ച് കെട്ടിയവളും കുട്ടിയുമായി കഴിയുകയാണ്. പുസ്തകങ്ങളോടും വായനയോടുമുള്ള ആർത്തി ഒട്ടും തീർന്നിട്ടില്ലായിരുന്നു. കടയിൽനിന്ന് പൊതിഞ്ഞു കൊണ്ടുവരുന്ന കടലാസുകളെല്ലാം ചുളിവു നിവർത്തി ഒരക്ഷരം വിടാതെ വായിച്ചുതീർക്കും. കഴിഞ്ഞ ദിവസം ഒരു കവിത വായിച്ച് കവിയെ വിളിച്ചു. അദ്ദേഹവുമായി സംസാരിച്ച കൂട്ടത്തിൽ വായനയോടുള്ള അടങ്ങാത്ത കമ്പത്തെക്കുറിച്ച് പറഞ്ഞി

രുന്നു. ഒട്ടും പ്രതീക്ഷിക്കാതെയാണ് അടുത്താഴ്ചയിൽ കൊറിയറിൽ മൂന്നാല് പുസ്തകങ്ങൾ അദ്ദേഹം അയച്ചുതന്നത്. രണ്ട് റഷ്യൻ നോവലുകളുടെ പരിഭാഷയും പുതിയ രണ്ട് എഴുത്തുകാരുടെ നോവലുകളുമായിരുന്നു. ആ ആഴ്ച ട്രിപ്പിൾ ലോക്ക് ഡൗൺ ആയിരുന്നതിനാൽ അത് നാലും ആ ആഴ്ചയിൽത്തന്നെ വായിച്ചു തീർന്നു.

ഒരു ശനിയാഴ്ച വൈകുന്നേരം എസ്റ്റേറ്റ് മുതലാളിയുടെ കൈയിൽ നിന്ന് അല്പം രൂപ കടംവാങ്ങി തിരിച്ചുവരുമ്പോൾ വായനശാലയുടെ വാതിൽ തുറന്നു കിടക്കുന്നതായി കണ്ടു. ഒന്ന് കയറി നോക്കാമെന്ന് കരുതി. കെട്ടിടത്തിന്റെ വരാന്തയിൽ നിന്ന് മുറിയിലേക്ക് കടക്കുന്ന വാതിലിന് മുകളിൽ കറുത്ത ചായത്താൽ

യുവജന വായനശാല, Regd: No 10

പി ഒ കരിമ്പുഴ എന്ന് എഴുതിയിട്ടുണ്ട്.

ആദ്യമായാണ് ഇതിന്റെ ഉൾഭാഗം കാണുന്നത്. അങ്ങോട്ട് കാലെടുത്ത് വെച്ചപ്പോഴാണ് വരാന്തയുടെ അറ്റത്ത് ഒരു ബഞ്ചിൽ ഇരുന്ന് റേഷൻകടയിലെ ആ ചെറുക്കൻ ഒരു പുസ്തകം വായിച്ചുകൊണ്ടിരിക്കുന്നത് കണ്ടത്. ഏത് പുസ്തകമാണെന്ന് വ്യക്തമാവുന്നില്ല. അവൻ പുസ്തകത്തിലേക്ക് മുഖം പൂഴ്ത്തിയിരിക്കുകയാണ്. ഇവന് വായിക്കുന്ന ശീലമൊക്കെയുണ്ടോ? കണ്ടാൽ തോന്നില്ലല്ലോ എന്ന് ചിന്തിച്ചുകൊണ്ട് പുറത്തിട്ട പരുക്കൻ ചവിട്ടിയിൽ കാൽ ഉരസി പൊടി തട്ടിക്കളഞ്ഞ് ഉള്ളിലേക്ക് കയറി.

വല്ലാത്തൊരു പൊടി മണം. കൂടെ പുസ്തകത്താളുകളുടെ പഴയ ഗന്ധവും. ഒരാൾ മൂക്കും വായും മൂടിക്കെട്ടി പൊടിയും മാറാലയും തട്ടിക്കൊണ്ടിരിക്കുന്നു. പുറംതിരിഞ്ഞ് നിൽക്കുന്നതുകൊണ്ട് ആരെന്ന് മനസ്സിലാവുന്നില്ല. പുസ്തകങ്ങൾ അലമാരകളിൽനിന്ന് തട്ടി താഴെയിട്ടിട്ടുണ്ട്. ആകെ നാല് അലമാരകളാണ് കാണുന്നത്. ചിതലരിച്ച് കുറെ ഭാഗം നശിച്ചുപോയിട്ടുണ്ട്. താഴെ വീണുകിടക്കുന്ന പുസ്തക കൂട്ടങ്ങളിൽ നിന്ന് വാലൻ മൂട്ടകളും പല്ലികളും ഓടി രക്ഷപ്പെടുകയാണ്. ശബ്ദം കേട്ട് അയാൾ ഒന്ന് തിരിഞ്ഞുനോക്കി. തുമ്മിഹാ... ഛീ

“എന്താ പുസ്തകമെടുക്കാൻ വന്നതാണോ?”

“അതെ.”

“എങ്കിൽ ആ മേശമേലിരിക്കുന്ന രജിസ്റ്ററിൽ പേരും അഡ്രസും ഫോൺ നമ്പറും എഴുതിവെച്ചോളൂ. ഫോൺ നമ്പർ നിർബ്ബന്ധമായും വേണം. പലരും പുസ്തകമെടുത്തിട്ട് പിന്നെ തിരിച്ച് തരുന്നില്ല. ഇതിലിരട്ടി പുസ്തകങ്ങൾ ഉണ്ടായിരുന്നതാണ്. ഇപ്പോ പുസ്തകമെടുക്കാൻ ആരും അങ്ങനെ വരാറുമില്ല. എല്ലാവരും ഡിജിറ്റൽ വായനയിലല്ലേ? മുമ്പാണെങ്കിൽ മെമ്പർഷിപ്പ് തുകയിൽ നിന്നാണ് വല്ലതും കിട്ടിയിരുന്നത്. ഇപ്പോൾ അതുമില്ല. നിങ്ങളാദ്യമായിട്ട് വരുന്നതല്ലേ? മെമ്പർഷിപ്പ് തുകയായിട്ട് മുപ്പത് രൂപ അവിടെ വെച്ചോളൂ.”

കീശയിൽ തപ്പി പത്തിന്റെ മൂന്ന് നോട്ടുകൾ മേശപ്പുറത്ത് വെച്ചു.

അയാളെ വായനശാല സൂക്ഷിപ്പുകാരൻ എന്നുതന്നെ വിളിക്കാമെന്നുവെച്ചു. പേര് ചോദിച്ചില്ല.

ഒരു പഴയ കാലിളകിയ മേശപ്പുറത്ത് പേജുകൾ ദ്രവിച്ചുതുടങ്ങിയ നിറം മങ്ങിയ ഒരു രജിസ്റ്റർ കണ്ടു. ദ്രവിച്ച ഭാഗങ്ങൾ അടർന്നുപോവാതെ സൂക്ഷിച്ച് പേജുകൾ മറിച്ചു. മേശവലിപ്പിലുണ്ടായിരുന്ന പഴയ റെയ്നോൾഡ്സ് പേനകൊണ്ട് പേരും അഡ്രസ്സും ഫോൺ നമ്പരും എഴുതി.

"ഏത് പുസ്തകാന്ന് വെച്ചാൽ തിരഞ്ഞെടുത്തോളൂ."

നിലത്ത് കുന്തിച്ചിരുന്നു. ഭൂരിഭാഗം പുസ്തകങ്ങളുടെയും പേജുകൾ ചിതലും വാലൻ പുഴുവും തിന്ന് തീർത്തിരിക്കുകയാണ്. പുസ്തകങ്ങളിലെ പഴമയുടെ ഗന്ധം ഭൂതകാലത്തിലേക്ക് ഊളിയിട്ടതുപോലെ തോന്നിച്ചു. കുമ്മാളിപ്പാടത്തെ വായനശാലയിൽ ഒരിക്കൽ പുസ്തകമെടുക്കാൻ പോയതാണ്. അമ്മുക്കുട്ടി കൂട്ടുകാരിയുടെ കൂടെ പുസ്തകമെടുക്കാൻ വന്നതായിരുന്നു. കൂട്ടുകാരി കാണാതെ അലമാരിക്ക് പിന്നിൽ വെച്ച് അവളെ ആദ്യമായി കെട്ടിപ്പിടിച്ചുമ്മവെച്ചത് എന്തിനെന്നറിയാതെ മനസ്സിലേക്ക് നുരഞ്ഞു വന്നു.

"എന്താ ആലോചിക്കുന്നത്? പുസ്തകം എടുത്തോളൂ."

അയാൾ തുണി നനച്ച് അലമാരകളിലെ പൊടി തുടച്ചെടുക്കാൻ ഇടങ്ങി.

കിഴവനും കടലും ഏകാന്തതയുടെ നൂറു വർഷങ്ങളും ഒരു ദേശത്തിന്റെ കഥയും ചെമ്മീനും സർവ്വീസ് സ്റ്റോറിയുമെല്ലാം ദയനീയമായി എന്നെയെടുക്കൂ എന്നെയെടുക്കൂ എന്ന് പറയുന്നതുപോലെ തോന്നി.

"ഇവിടെ പഴയ പുസ്തകങ്ങളേ കാണൂ. പുതിയ ലൈബ്രറി കൗൺസിൽ മേളകളിലൊന്നും പോയി പുസ്തകങ്ങൾ വാങ്ങാറില്ല. വാങ്ങിവച്ചിട്ടെന്താ? സൂക്ഷിക്കാൻ സ്ഥലമില്ല. ആരും പുസ്തകമെടുക്കാനും വരുന്നില്ലല്ലോ."

ശ്രീകൃഷ്ണ ആലനഹള്ളിയുടെ *ഭുജംഗയ്യന്റെ ദശാവതാരങ്ങളും* സേതുവിന്റെ *പാണ്ഡവപുരവും* ഒ വി വിജയന്റെ *ധർമ്മപുരാണവും* ടോൾസ്റ്റോയിയുടെ അന്നകരെനിനയുടെ വിവർത്തനവും തിരഞ്ഞെടുത്തു. രജിസ്റ്ററിൽ പുസ്തകങ്ങളുടെ പേരെഴുതിവെച്ച് മാസ്ക് ശരിയായി വെച്ച് പുറത്തിറങ്ങി. അപ്പോഴും ആ ചെറുക്കൻ പുസ്തകം വായിച്ചുകൊണ്ടിരിക്കുകയായിരുന്നു.

ആദ്യം കൈയിലെടുത്തത് *ഭുജംഗയ്യന്റെ ദശാവതാരങ്ങളാണ്.* പണ്ട് *മാതൃഭൂമി* ആഴ്ചപ്പതിപ്പിൽ ഖണ്ഡ:ശ്ശ പ്രസിദ്ധീകരിച്ചിരുന്ന സമയത്ത് ആർത്തിയോടെ വായിച്ചിരുന്ന നോവലാണ്. എല്ലാ തിങ്കളാഴ്ചയും വൈകുന്നേരം വായനശാലയിലെത്തുമായിരുന്നു. അന്നാണ് വീക്കിലി വരുക. കുമ്മാളിപ്പാടത്തെ വായനശാല അന്ന് ഒരു സാംസ്കാരിക കേന്ദ്രം തന്നെയായിരുന്നു. അദ്ധ്യാപകരും സാംസ്കാരിക പ്രവർത്തകരുമെല്ലാം അവിടത്തെ നിത്യ സന്ദർശകരായിരുന്നു. എല്ലാ വർഷവും വായനശാല വാർഷികം കൊണ്ടാടും. വാർഷികാഘോഷത്തിനുള്ള നാടക

പഠനമെല്ലാം വായനശാലയിൽ വച്ചു തന്നെയായിരുന്നു നടന്നിരുന്നത്. വായനശാല വാർഷികം ആ നാടിന്റെ ഒരു ഉത്സവദിനം തന്നെയായിരുന്നു.

*ഭുജംഗയ്യന്റെ ദശാവതാരങ്ങളെ*ടുത്ത് ആദ്യ പേജ് മറിച്ചു.

ഭുജംഗയ്യൻ കവലയിലെത്തിയപ്പോഴേക്കും കോട്ടയിൽ നിന്ന് മൈസൂർക്കുള്ള ബസ് വരേണ്ട നേരമായിരുന്നു. മൂന്നുനാലു ഗ്രാമങ്ങളിൽ നിന്നു വന്ന ആളുകൾ അവിടെ ബസ് കാത്തുനില്പുണ്ട്. കവലയിൽ ഒരു പുളിമരമുണ്ട്. മാദള്ളിക്കാർ മാരിയമ്മന്റെ പുളിമരം എന്നാണ് അതിനെപ്പറ്റി പറയുക. മാദള്ളി വഴി കോട്ട മൈസൂർ റോഡിൽ ഓടുന്നത് ഒരേയൊരു ബസാണ്. ലിംഗാ ജാംബ മോട്ടോർസ്. ദിവസേന നാല് തവണയാണ് ഇത് മാദള്ളിക്കവലയിലൂടെ കടന്നു പോവുക. അന്ന് സമയത്തിന് ബസ് വന്നില്ല. കാത്തിരുന്ന് മുഷിഞ്ഞ യാത്രക്കാർ ചൂടു സഹിക്കാതെ പരവശരായി. മഴ കിട്ടാതെ വരണ്ടുണങ്ങിയ ഭൂമി. കുടിക്കാൻ ഒരുതുള്ളി വെള്ളം എവിടെ കിട്ടാനാണ്?

അല്ല, എത്ര ഹോട്ടലുകളാ ഓരോരോ സ്ഥലങ്ങളിൽ ആളുകള് തുടങ്ങുന്നത്? ഇങ്ങനെയുള്ളിടത്ത് എന്താ ഒരെണ്ണം തൊടങ്ങാത്തെ? ദിവസേന ഇത്രയധികം ആളുകൾ വരുന്നതല്ലേ? ഒരാള് ഒരു കാപ്പി വീതം കുടിച്ചാൽ മതി നല്ല കച്ചോടം കിട്ടാൻ.

യാത്രക്കാരിലൊരാൾ പറഞ്ഞത് ഭുജംഗയ്യൻ ശ്രദ്ധിച്ചു. കൃഷിപ്പണിയോടൊപ്പം മറ്റെന്തെങ്കിലും ചെയ്യണമെന്ന് ആഗ്രഹമുണ്ടായിരുന്നു അയാൾക്ക്. എന്താണ് ചെയ്യേണ്ടത് എന്നതിലെ അവ്യക്തത ആ സംസാരം കേട്ടതോടെ മാറിക്കിട്ടി. കൂട്ടുകാർ കളിയാക്കി. വീട്ടുകാർ കളിയാക്കി. നാട്ടുകാർ മൂക്കത്ത് വിരൽവെച്ചു. എന്നിട്ടും അയാൾ തന്റെ തീരുമാനത്തിൽ ഉറച്ചുനിന്നു. രണ്ടാഴ്ചയ്ക്കകം മാദള്ളിക്കവലയിൽ മാരിയമ്മന്റെ പുളിമരത്തിനരികെ ഭുജംഗയ്യന്റെ ഹോട്ടൽ ശ്രീകെണ്ഠ ഗണ്ണേശ്വരപ്രസന്ന ഫലാഹാരമന്ദിരം പ്രവർത്തനമാരംഭിച്ചു

ആദ്യ പേജ് വായിച്ച് പുസ്തകം അടച്ചുവച്ചു. ഈ പേർ മലയാളികൾക്ക് പരിചയമായിട്ട് കാൽ നൂറ്റാണ്ടാവുന്നു.

പുസ്തകങ്ങൾ കൈയിൽ കിട്ടിയാൽ പിന്നെ പെട്ടെന്ന് വായിച്ച് തീർക്കുന്നതാണ് രീതി.

വായിച്ച പുസ്തകങ്ങൾ തിരിച്ചുകൊടുക്കാനാണ് പിന്നീട് വായനശാലയിൽ പോവുന്നത്. അന്ന് ഭാഗ്യംകൊണ്ട് അത് തുറന്നിട്ടിരുന്നു. റേഷൻകട അവധിയായിരുന്നു അന്ന്. ചിലപ്പോഴൊക്കെ ചിന്തിച്ചിട്ടുണ്ട്. ഈ വായനശാലയും റേഷൻകടയും ഒരു റോഡിന്റെ ഇരുവശത്തായി വന്നതെങ്ങനെയെന്ന്? ഒന്ന് വയറിന്റെ വിശപ്പ് മാറ്റാനും മറ്റേത് മനസ്സിന്റെ വിശപ്പ് മാറ്റാനുമുള്ളതാണ്. അകത്ത് കയറിയപ്പോൾ ആ ചെറുക്കൻ മാത്രമേ അവിടെയുള്ളൂ. അവൻ അലമാരിയിൽ എന്തോ തപ്പിക്കൊണ്ടിരിക്കുകയാണ്. എന്തോ കണ്ടെടുക്കാനുള്ള വിശപ്പാണവന്റെ കണ്ണിൽ. അവൻ മുഖത്തേക്ക് നോക്കുന്നേയില്ല. അവനെ സൂക്ഷിച്ച് നിരീക്ഷിച്ചത് അപ്പോഴാണ്. ഇരുണ്ട നിറം. ചുരുണ്ടതലമുടി, മെലിഞ്ഞ ശരീരം. മുണ്ടും

ഷർട്ടുമാണ് വേഷം. കൂർത്ത കണ്ണുകളിൽ ആരോടോ ഉള്ള വൈരാഗ്യം നിറഞ്ഞ് നിൽക്കുന്നതുപോലെ.

"മറ്റേ ചേട്ടനെവിടെ?"

ചോദ്യം കേൾക്കാഞ്ഞതാണോ എന്നറിയില്ല അവൻ തിരിച്ചൊന്നും പറഞ്ഞില്ല. ഇനിയെങ്ങാൻ ഊമയാണോ ഇവൻ? സ്വയം പിറുപിറുത്തു. തിടുക്കത്തിൽ കൊണ്ടുപോയ പുസ്തകങ്ങൾ അലമാരിയിൽ വച്ച് തിരിച്ച് പോന്നു.

എന്നാലും ആ പയ്യൻ വല്ലാത്തൊരു ദുരൂഹതയാണല്ലോ. നാളെ ത്തന്നെ അവനെക്കുറിച്ച് കേശവൻ നായരോട് ചോദിക്കണം. വായനശാല നോട്ടക്കാരനില്ലാതെ അവനെങ്ങനെ അതിനുള്ളിൽ കടന്നു? അവനെന്താ ആ അലമാരിയിൽ തപ്പിക്കൊണ്ടിരുന്നത്?

പിന്നീടൊരിക്കൽക്കൂടി അവനെ കണ്ടു. അന്ന് പശുക്കൾക്ക് കാലി ത്തീറ്റയും മറ്റു സാധനങ്ങളും വാങ്ങിയതിനുശേഷം ടൗൺ ടച്ച് ചെയ്യാതെ ഒരു ഷോർട്ട് വഴിയിലൂടെ വീട്ടിലേക്ക് വരികയായിരുന്നു. ഒരു വീടിന് മുൻവശത്തുള്ള തോട്ടിൽ ചൂണ്ടലിട്ട് മീൻപിടിക്കുകയായിരുന്നു അവൻ. അവനോടെന്തെങ്കിലും മിണ്ടാമെന്ന് കരുതി സൈക്കിൾ ഒരു തെങ്ങിൽ ചാരിവെച്ച് അടുത്തേക്ക് ചെന്നു.

"ഇന്നെന്താ? റേഷൻകടയിൽ പോയില്ലേ?" അവനൊന്ന് നോക്കി. ഒന്നും പറഞ്ഞില്ല.

"നിന്റെ പേരെന്താ?"

"രമേശൻ."

മുഖത്തേക്ക് നോക്കാതെ അവൻ ചൂണ്ടയിടൽ തുടർന്നു.

ഇനി നിന്നിട്ട് വലിയ കാര്യമൊന്നുമില്ലെന്ന് തോന്നിയപ്പോൾ തിരിച്ച് സൈക്കിളെടുത്ത് പോന്നു. വരുന്ന വഴിയിൽ തേടിയ വള്ളി കാലിൽ ചുറ്റി എന്ന് പറഞ്ഞതുപോലെ കേശവൻ നായർ കടയടച്ച് ഉച്ചയ്ക്ക് ഉണ്ണാൻ പോവുകയായിരുന്നു.

"കേശോന്നായരേ..... ആ ചെക്കൻ ഏതാ?"

"ഏത് ചെക്കൻ."

"റേഷൻകടേല് സാധനം എടുത്തു കൊടുക്കണോൻ."

"ഓ... അവനോ... അവനെ എനിക്കും വലിയ പരിചയമൊന്നുമില്ല. കടയിൽ രണ്ടാഴ്ചയേ നിന്നിട്ടുള്ളൂ. റേഞ്ചർ സുഗുണന്റെ ബന്ധുവാണെ ന്ന് പറഞ്ഞ് അവൻ നിർത്തിയതാണ്. ഒരു ഉത്തരവാദിത്തമില്ലാത്ത ചെക്ക നാന്നേയ്... ഇപ്പോ വരാറൂല്ല. എന്തേ പ്പോ നീ ചോദിക്കാൻ കാര്യം?"

"ഏയ്... ഒന്നൂല്ല. വെറുതെ ചോദിച്ചതാ."

അന്ന് രാത്രി വായിക്കാനെടുത്ത പുസ്തകം ദസ്തയേവ്സ്കിയുടെ *കുറ്റവും ശിക്ഷയും* വിവർത്തനം ആയിരുന്നു. മുമ്പൊരു തവണ വായിച്ച താണെങ്കിലും വീണ്ടും വായിക്കാൻ രസമാണ്. അല്ലെങ്കിലും റഷ്യൻ പശ്ചാത്തലത്തിലുള്ള നോവലുകൾ വായിക്കുന്നത് ഹരമാണ്. റഷ്യയിലെ അതിദരിദ്രമായ കാലഘട്ടത്തിൽ ജീവിതം തള്ളിനീക്കുന്ന റാസ്കോൾ

നിക്കോവ് തന്റെ ക്രൂരയായ വീട്ടുടമസ്ഥയെ കൊല്ലുന്നതും ശേഷം സൈബീരിയയിലേക്ക് നാടുകടക്കുന്നതും സ്വയം ശിക്ഷ വിധിക്കുന്നതും വഴി മനുഷ്യജീവിതത്തിലെ ഉത്തരംകിട്ടാത്ത ചോദ്യങ്ങൾക്ക് വിശദീകരണം തേടുകയാണ് ദസ്തയേവ്സ്കി. മനുഷ്യമനസ്സിനെ കീറിമുറിക്കുന്ന ഒരു മനഃശാസ്ത്രജ്ഞനാണ് നോവലിസ്റ്റ് എന്നതിൽ ഒരു തർക്കവുമില്ല. ഒരു കുറ്റവാളിയിലൂടെ കുറ്റം ഉണ്ടാവുന്നതും അത് ചെയ്യാൻ അവൻ കാണുന്ന സിദ്ധാന്തങ്ങളും പ്രത്യയശാസ്ത്രങ്ങളും ഒടുവിൽ സ്വയം ശിക്ഷ ഏറ്റുവാങ്ങുകയും ചെയ്യുന്ന ചെറുപ്പക്കാരന്റെ വിവിധ മാനസിക സംഘർഷങ്ങളിലൂടെയാണ് നോവൽ സഞ്ചരിക്കുന്നത്. സാഹചര്യങ്ങളെ പഴിചാരിയതുകൊണ്ട് കുറ്റം കുറ്റമല്ലാതെയാവുന്നില്ല. പട്ടിണി, ദാരിദ്ര്യം എന്നിവ ഒരു പാവപ്പെട്ടവന്റെ ജീവിതം കൊലപാതകംവരെയെത്തിക്കുന്നതും കുറ്റവാളിയും അയാളുടെ മനസ്സും ഒരേപോലെതന്നെ കഥാപാത്രങ്ങളായി മാറുന്നതും കാണാം. റാസ്കോൾ നിക്കോവിനേക്കാൾ കൂടുതൽ ഈ നോവലിൽ അയാളുടെ മനസ്സാക്ഷിയാണ് നിറഞ്ഞുനില്ക്കുന്നതെന്ന് തോന്നി. വായനയുടെ ആലസ്യത്തിലാവാം കൺപോളകൾ കനംതൂങ്ങി.

ഒരു സ്വപ്നത്തിലെന്നതുപോലെ ഇരുട്ടിനെ വകഞ്ഞുമാറ്റി അരണ്ട ഡൈനാമോ വെളിച്ചത്തിൽ സൈക്കിൾ ചവിട്ടുകയാണ്. ഒട്ടും പരിചിതമല്ലാത്ത സ്ട്രീറ്റ് ലൈറ്റുകളൊന്നുമില്ലാത്ത വഴിയിലൂടെയാണ് യാത്ര. ദൂരെയായി ഒരു പൊട്ട് വെളിച്ചം കാണുന്നുണ്ട്. ഇടയ്ക്ക് ഒരു തവണ ഒരു കല്ലിൽ തട്ടി ബാലൻസ് തെറ്റി സൈക്കിൾ മറിഞ്ഞുവീണു. കൈയിലും കാലിലും പറ്റിയ മൺതരികൾ തട്ടിക്കളഞ്ഞ് എഴുന്നേറ്റ് വീണ്ടും ഊക്കിൽ പെഡൽ ചവിട്ടി. ആ വെളിച്ചം അടുത്തടുത്ത് വന്നു. തൊട്ടടുത്തെത്തിയപ്പോഴാണ് അതൊരു വായനശാലയാണെന്ന് തിരിച്ചറിഞ്ഞത്. ഉള്ളിൽ ഒരു ബൾബിന്റെ തീരെ മങ്ങിയ പ്രകാശമുണ്ട്. വാതിലും ജനലും തുറന്നുകിടക്കുന്നു. ഉള്ളിൽ ഏതൊക്കെയോ അറിയാത്ത ഭാഷകളിൽ ആരൊക്കെയോ സംസാരിക്കുന്നുണ്ട്. ഇംഗ്ലീഷോ ഫ്രഞ്ചോ റഷ്യനോ എന്നൊന്നും മനസ്സിലാവുന്നില്ല. ഒന്ന് കയറി നോക്കാൻ തീരുമാനിച്ചു. സൈക്കിൾ ചാരിവെച്ച് വരാന്തയിലേക്ക് കയറാൻ നോക്കിയപ്പോഴേക്ക് എവിടെ നിന്നോ പൊടുന്നനെ ആർത്തലച്ച് ഒരു മഴയും ഇടിയും മിന്നലും പൊളിഞ്ഞ് ചാടി. തലയിൽ കൈവച്ച് വേഗം അങ്ങോട്ട് ഓടിക്കയറി. വായനശാലയ്ക്കുള്ളിലെ പുസ്തക റാക്കുകൾ കീഴ്മേൽ മറിഞ്ഞ് കിടക്കുകയാണ്. ചില പുസ്തകങ്ങളുടെ ഏടുകൾ തനിയെ തുറന്നുകിടക്കുന്നത് അത്ഭുതത്തോടെ നോക്കി. അതിനുള്ളിൽ ആരെയും കാണുന്നില്ല. പക്ഷേ, ആളുകൾ സംസാരിക്കുന്നത് കേൾക്കുന്നുണ്ട്. ഒന്നുകൂടി കണ്ണു തിരുമ്മിനോക്കി. പൊടുന്നനെ ഒരു ടെലിവിഷൻ സ്ക്രീനിലെന്നതുപോലെ ആൽബർട്ട് ക്യാമൂസിന്റെ *ഔട്ട്സൈഡർ* എന്ന പുസ്തകത്തിൽ നിന്ന് മെർസാൾട്ട് എന്ന കഥാപാത്രം ഇറങ്ങിവന്നു. കണ്ണുകളിൽ അറിവിന്റെ വെളിച്ചം ഉണ്ടെന്ന കാരണ

ത്താലാണത്രെ അയാൾ കൊല ചെയ്യപ്പെട്ടത്. വായനക്കാർക്കിടയിൽ സൂപ്പർമാൻ ആയിമാറിയ റാസ്കോൾ നിക്കോവ് നിലത്തിരുന്ന് പൊട്ടിക്കരയുന്നു. സ്വന്തം മനഃസാക്ഷിതന്നെയായിരുന്നു അയാളുടെ പരാജയം. തൊട്ടപ്പുറത്ത് ദിനചര്യകൾ ചെയ്യുന്ന അതേ ശ്രദ്ധയോടെ കൊലപാതകം നടത്തിയ ഭീതിയും തമാശയും ജനിപ്പിക്കുന്ന അമേരിക്കൻ സൈക്കോയിലെ പാട്രിക് ബേറ്റ്മാൻ.... ജയിംസ് ഹോഗിന്റെ കഥാപാത്രമായ റിംഗ്ഹിം ഒരു ഭീരുവിനെപ്പോലെ മൂലയ്ക്ക് നില്ക്കുകയാണ്. ഇത്ര പേടിത്തൂറികളാണെങ്കിൽ പിന്നെങ്ങനെ ഇവർ കൊല നടത്താൻ പ്രാപ്തരായി? തൊട്ടപ്പുറത്തെ വാതിൽ ആരോ തുറക്കുന്ന ഒച്ച കേൾക്കുന്നു. ഓ... അവിടെയൊരു വാതിലുണ്ടായിരുന്നോ? ആരോ സ്വപ്നത്തിൽ ഇറങ്ങി നടക്കുകയാണല്ലോ. ലേഡി മാക്ബത്താണല്ലോ. കൈയിലെ ചോരക്കറ പോവുന്നില്ലെന്നും പറഞ്ഞുകൊണ്ട് അച്ചാലും മുച്ചാലും നടക്കുകയാണ്. പെട്ടെന്ന് ഒരു മിന്നൽ വല്ലാത്ത ശബ്ദത്തോടെ ഭൂമിയിലിറങ്ങി വെട്ടി. ആ വെളിച്ചത്തിൽ രമേശൻ ഒരു പുസ്തകവുമായി വരാന്തയിലിരിക്കുന്നതുകണ്ടു. അത്യാർത്തിയോടെ പുസ്തകത്തിലേക്ക് കണ്ണുനട്ടിരിക്കുന്ന അവൻ ഇങ്ങോട്ട് നോക്കുന്നേയില്ല.

ഞൊടിയിടയിൽ ഒരു ഷോർട്ട് സർക്യൂട്ട് കൊണ്ടെന്നതുപോലെ ആ പുസ്തകക്കൂമ്പാരങ്ങൾ ആളിക്കത്തി. തീയിൽ പെടാതിരിക്കാൻ കഴിയും വിധം ഓടി. കണ്ണുകൾ പണിപ്പെട്ട് തുറന്നു.

ഓ... സ്വപ്നമായിരുന്നോ.... ഒന്ന് പുറത്തേക്കിറങ്ങി നോക്കി. കറുത്തിരുണ്ട് തൂങ്ങി നില്ക്കുന്ന ആകാശം. എവിടെയോ ആർത്തലച്ച് പെയ്യുന്നതുപോലെ.

മലയ്ക്ക് മുകളിൽ ഉരുൾപൊട്ടലുണ്ടായെന്നും റേഷൻകടയും വായനശാലയുമടക്കം മലയുടെ താഴ്‌വാരം മുഴുവനും കുത്തിയൊലിച്ച് പോയെന്ന വാർത്തയും കേൾപ്പിച്ചാണ് അന്നത്തെ പ്രഭാതം എല്ലാവരെയും ഞെട്ടിച്ചത്.. റേഷൻകടയിലെ അരി സാമാനങ്ങളും മണ്ണെണ്ണ കാനുകളും സർക്കാരിന്റെ പലചരക്കു കിറ്റിലുള്ള സാധനങ്ങളും വായനശാലയിലെ പുസ്തകങ്ങളും അലമാരകളും ആ ഭാഗത്തുണ്ടായിരുന്ന വീടുകളും എല്ലാം പ്രകൃതിയുടെ താണ്ഡവത്തിൽ ഭൂമിക്കടിയിലായി. എത്ര പെട്ടെന്നാണ് എല്ലാം തലതിരിഞ്ഞ് പോയത്! കൊറോണ ഭീതിക്ക് പുറമെ പ്രകൃതിദുരന്തവും. മനുഷ്യന്റെ മനസ്സിന്റെയും വയറിന്റെയും വിശപ്പാറ്റാനുള്ളവയാൽ ഭൂമി സ്വന്തം വിശപ്പ് മാറ്റിയതാവുമോ? പുഴയിലൂടെ ഒഴുകിവന്ന സാധനങ്ങളുടെയും കൂറ്റൻ ഉരുളൻ കല്ലുകളുടെയും ചെളിയുടെയും കൂമ്പാരത്തിനിടയിൽ ഒരു അലമാരയും അലമാരയിൽ അള്ളിപ്പിടിച്ചുകൊണ്ട് ഒരു ചെറുക്കന്റെ മൃതദേഹവും ഉണ്ടായിരുന്നു. അത് രമേശന്റേതായിരുന്നു.....

രമേശന്റെ വിശപ്പ് എന്തിനുള്ളതായിരുന്നു?

സ്വപ്നത്തിനും യാഥാർത്ഥ്യത്തിനും ഇടയിലുള്ള ടെലിപ്പതി ആർക്കാണ് വിശകലനം ചെയ്യാനാവുക?

ഭായ്ബസാർ

"നല്ല സൂപ്പർ സുഡാനി വാറ്റാണ് മച്ചാനെ ഇത്. ഇതിന്റെ പേരാണ് 'അരാക്കി.' ഇത് 'ഗ്രപ്പ'യുമായി കൂട്ടി അടിച്ചാലുണ്ടല്ലോ പൊളിയാ മച്ചാ.. പൊളി." പീറ്റർ കൊണ്ടുവന്ന പാക്കറ്റുകളെടുത്ത് പൊളിച്ച് ലൂയി ഓരോ ബോട്ടിലും എടുത്ത് മണത്തു നോക്കി.

"ഇതെന്നാടാ ഇറ്റലി വാറ്റോ?" 'ഗ്രപ്പ' എന്നെഴുതിയ ബോട്ടിൽ തുറന്ന് രണ്ട് സിപ്പ് അണ്ണാക്കിലോട്ട് കമിഴ്ത്തി ലൂയി അടിപൊളിയെന്ന് കൈ മുദ്ര കാണിച്ചു.

"അങ്ങനെ അടിക്കല്ലേ ഡാവേ... ഇന്നാ ഇതുരണ്ടും ചേർത്ത് വേണം... ദാ... ഇങ്ങനെ." പീറ്റർ ഓരോ ബോട്ടിലിൽനിന്നും അര പെഗ്ഗ് വീതമെടുത്ത് ഒറ്റ വലിക്ക് തീർത്ത് ചിറി തുടച്ചു. "ഇന്നാ... കഴിക്ക്.... എന്റെ കഥ കേട്ടിട്ട് നിനക്ക് ബോറടിക്കണ്ട. തീവ്രവാദം, ഇൻവെസ്റ്റിഗേഷൻ സ്റ്റോറി കൾക്കാണിപ്പോ ഡിമാന്റ് കൂടുതൽ എന്ന് നിനക്കറിയാലോ." ഏറക്കുറെ ഫിറ്റായ പീറ്റർ പറഞ്ഞു. "നീ ലൂയി ഇരുപതാ മൻ ആണെന്ന് പറഞ്ഞി ട്ടെന്നാ ഒന്നുകൂടെ അപ്ഡേറ്റാവാനുണ്ട്."

"പറഞ്ഞ് തുലക്കെടാ.... പന്നീ.."

ലൂയി ഒരു കുഷ്യൻ ബാക്കിലോട്ടുവെച്ച് അതിൽച്ചാരി കാൽ ടീപ്പോയിൽ കയറ്റിവെച്ച് കഥ കേൾക്കാൻ തയ്യാറായി ഇരുന്നു.

പീറ്റർ കഥ പറയാൻ തുടങ്ങി.

ആദ്യം സ്ക്രീനിൽ കാണുന്നത് വൃത്തിഹീനമായ ഒരു അന്യസം സ്ഥാന തൊഴിലാളി ക്യാമ്പാണ്.

"തൂ സുവറേർ ബച്ച.. സല..... സാൻ ചോദ്."

"തെറിയെന്ന് പറഞ്ഞാൽ പോരാ ഇതെന്നാ മുട്ടൻതെറിയാ കർ ത്താവേ" എന്നും പറഞ്ഞോണ്ടാണ് ലോനപ്പൻ വർക്കി കണ്ണും തിരുമ്മി

എണീറ്റ്, കിടന്നിരുന്ന കുടുസ്സുമുറിയുടെ തുരുമ്പെടുത്ത് ഇപ്പോ വീണു പോവും എന്നുതോന്നുന്ന ജനാലയുടെ ഒരു പൊളി തുറന്ന് നോക്കിയത്. തൊട്ടടുത്ത ബംഗാളികൾ കൂട്ടമായി താമസിക്കുന്ന തൊഴിലാളിക്യാമ്പി ലെ ബഹളമാണെന്ന് മനസ്സിലായ ലോനപ്പൻ അതിവിടെ അതിസാധാ രണമെന്ന മട്ടിൽ ജനാല ചേർത്തടച്ച് ബക്കറ്റെടുത്ത് താഴെ കുഴൽക്കിണ റിൽനിന്ന് ഒരു ബക്കറ്റ് വെള്ളമെടുത്ത് വരാന്തയുടെ അങ്ങേ അറ്റത്തുള്ള കക്കൂസിലേക്ക് പോയി. മൂന്നാലെണ്ണം ക്യൂവിലാണ്. ഇപ്പോ അനർഗ്ഗള നിർഗ്ഗളം പ്രവഹിക്കുമെന്ന് മുട്ടിമുട്ടി ഭീഷണിപ്പെടുത്തുന്ന വൻകുടലിനെ ഇത്തിരി ആശങ്കയോടെ അമുക്കിപ്പിടിച്ച് വരാന്തയിൽ നിന്ന് ഒരു ദിനേശ് ബീഡിക്ക് തീകൊളുത്തി.

"ഇന്നെന്നാ ആശാനെ ക്യാമ്പിലപ്പിടി ലഹളയാണല്ലോ."

"ലോനപ്പൻ ചേട്ടാ അത് എന്നും ഉള്ളതല്യോ. ഒള്ള കഞ്ചാവും ചാരായോം വലിച്ചുകേറ്റി അടിപിടിയുണ്ടാക്കാതെ അതുങ്ങൾക്ക് ഒരു സമാധാനം ഇല്ലല്ലോ."

ഇട്ടിയവിരയുടെ വർഷങ്ങൾ പഴക്കമുള ലോഡ്ജിലാണ് ലോനപ്പൻ വർക്കിയെന്ന ടയർപഞ്ചറൊട്ടിക്കൽ കടക്കാരനും വീടുതോറും തുണി സാമാനങ്ങൾ കൊണ്ടുനടന്നു വില്ക്കുന്ന ബാബുവും ലെയ്സണും ആക്രിസാധനങ്ങൾ ഹോൾസെയിലായി വാങ്ങുന്ന ജോസഫും ഞെങ്ങി ഞെരുങ്ങി താമസിക്കുന്നത്. ഓടിട്ട ഒരു ഒറ്റപ്പെരയാണത്. അഞ്ച് കുടുസ്സുമുറികളിലായിട്ടാണ് ഇവരഞ്ചുപേരും താമസം. വാടക കുറവാ യതുകൊണ്ടോ ഇനിയത് പൊളിച്ച് തൂക്കി വില്ക്കാനേ കൊള്ളൂ എന്നറി യുന്നതുകൊണ്ടാണോ ആവോ ഇട്ടിയവിര വാടകമേടിക്കാനേ വരത്തൊ ള്ളായിരുന്നു.

ഇതിന്റെ തൊട്ടുമ്മറത്താണ് റോഡിന്റെ മറുവശത്ത് ഈ പറഞ്ഞ അന്യസംസ്ഥാനത്തൊഴിലാളിക്യാമ്പ്. റോഡെന്നുപറഞ്ഞാൽ കഷ്ടി ഒരു ഓട്ടോറിക്ഷയ്ക്ക് ഇടുങ്ങിപ്പോവാം. അഥവാ ഒന്ന് റിവേഴ്സ് എടുക്കണ മെങ്കിൽ ഇട്ടിയവിരായുടെ പഴയ ലോഡ്ജിന്റെയോ ക്യാമ്പിന്റെയോ മുറ്റ ത്തേക്ക് കയറ്റിയിട്ട് വേണം. തൊഴിലാളികൾ ഞെങ്ങിഞെരുങ്ങി കഴിയു കയാണാ ക്യാമ്പിൽ. ഇത്രയും ആളുകൾക്കുപയോഗിക്കാൻ നാല് ശുചി മുറിയാണുള്ളത്. ഒന്നും രണ്ടും പല്ലുതേപ്പും കുളിയും എല്ലാം ആ കുടു സ്സുമുറിയിൽ ചെയ്യുന്നവരും രണ്ടൊഴികെ ബാക്കി എല്ലാം കിണറ്റിൻ കരയിൽ വെച്ച് ചെയ്യുന്നവരുമായി നൂറോളം തൊഴിലാളികൾ. ഒരു പഴയ ലേഡീസ് ഹോസ്റ്റലാണ് ഇപ്പോൾ തൊഴിലാളിക്യാമ്പായി ഉപയോഗി ക്കുന്നത്. ബംഗാളികളാണ് ഭൂരിഭാഗവും. കുറച്ച് തമിഴൻമാരും ഉണ്ട്. മതിൽക്കെട്ടിനുള്ളിലാണ് ക്യാമ്പ് എന്നിരിക്കിലും ക്യാമ്പിന്റെ മുന്നി ലെത്തിയാൽത്തന്നെ ചാരായത്തിന്റെയും കഞ്ചാവിന്റെയും പാൻപരാ ഗിന്റെയും കൂടെ എന്തൊക്കെയോ ഒരു കെട്ട വാടയാണ്.

ചിന്തിച്ചോണ്ട് നില്ക്കെ ആളൊഴിഞ്ഞ മുറയ്ക്ക് പ്രഭാതകൃത്യങ്ങൾ നിർവ്വഹിച്ച ലോനപ്പൻ വർക്കി എന്ന പഞ്ചർ കടക്കാരൻ പഴയ ഹെർക്കു

ലിസ് സൈക്കിൾ കടയിലേക്ക് ചവിട്ടി.

നാടങ്ങ് ഇരിട്ടിയിലാണെങ്കിലും ഇവിടെ പെരുമ്പാവൂരിൽ വന്ന് പഞ്ചറൊട്ടിച്ച് കഴിയുന്നതെന്നന്തിനാന്ന് വേണ്ടപ്പെട്ടവർ ചോദിക്കുമ്പോൾ ഒന്ന് തോൾകുലുക്കി ചിരിച്ചുതള്ളും ലോനപ്പൻ. നാട്ടില് കാർന്നോ മ്മാരായിട്ട് പിടിച്ചെടുത്ത കുറച്ച് ഭൂമിയും കൃഷിയും ഭാര്യയും നാല് പൈതങ്ങളുമാണുള്ളത്. കൃഷിയെന്ന് പറഞ്ഞാൽ ഇഞ്ചിയും മഞ്ഞളും ചേമ്പും കാച്ചിലും കരുമുളകും ഏലക്കായും തുടങ്ങി ഒട്ടുമിക്ക കാർഷിക ഇനങ്ങളും കൃഷി ചെയ്യുന്നുണ്ട്. അതൊക്കെ നോക്കി നടത്തി അവിടെ നിന്നാൽപ്പോരെ എന്തിനീ നാട്ടിൽ വന്നു കിടക്കുന്നുവെന്ന് ചോദിക്കുന്ന വരോടും മറുപടിയൊന്നും ലോനപ്പൻ കൊടുക്കാറില്ല. മനസ്സിലുള്ള മറുപടി മനസ്സിൽത്തന്നെ വെയ്ക്കാറാണ് പതിവ്. നാട്ടില് പണിയൊന്നും ഇല്ലാതിരുന്ന കാലത്ത് ഇവിടെ ഒരു കൂട്ടുകാരന്റെ പഞ്ചർകടയിൽ സഹാ യിയായി നിന്നു തുടങ്ങിയതാണ് ലോനപ്പൻ. വർക്കി എന്ന കുടിയേറ്റ കർഷ കന്റെ അഞ്ചു മക്കളിൽ ഒരൊറ്റ ആണായി പിറന്നവൻ. ബാക്കി നാലും പെണ്ണുങ്ങൾ. കൂട്ടുകാരൻ തികച്ചും യാദൃച്ഛികമായി മരണത്തെ പുല്കിയ തിൽപ്പിന്നെ കട നോക്കിനടത്തേണ്ട ചുമതല ലോനപ്പന്റെ തലയിലായി. അന്നന്നത്തെ കൂലി മാത്രമെടുത്ത് മുതൽ കൂട്ടുകാരന്റെ പ്രായമായ മാതാപിതാക്കൾക്കും ഭാര്യക്കും കൈമാറിയതിനുശേഷമാണ് അയാൾ താമസസ്ഥലത്തേക്ക് സൈക്കിൾ ചവിട്ടിപ്പോവുന്നത്. ഇത്തിരി ചാരായം കഴിക്കുമെന്നല്ലാതെ ഇന്നുവരെ മറ്റൊരു ചീത്തപ്പേരും കേൾപ്പിച്ചിട്ടില്ലാ എന്നത് നാട്ടുകാർക്കയാളിലുള്ള മതിപ്പ് കൂട്ടിയിരുന്നു.

ഇടത്തരക്കാർ തിങ്ങിപ്പാർക്കുന്ന ഒരു തെരുവാണത്. അന്നന്നത്തെ ചെലവിന് മാത്രം വക കണ്ടെത്തുന്നവർ. അഞ്ചാറ് ഇടത്തരം വീടുകളും ലോഡ്ജും ഈ ക്യാമ്പും കഴിഞ്ഞാൽ പിന്നങ്ങോട്ട് ഇട്ടിയ വിരായുടെ റബ്ബർ തോട്ടമാണ്. പകൽസമയത്ത് അവിടവിടെയായി തോട്ടത്തിലെ പണിക്കാർ ഉണ്ടാവും. റബ്ബർ വെട്ടുന്നവരും പാലെടുക്കുന്നവരും പാല് ഉറയൊഴിച്ച് ഷീറ്റാക്കി എടുക്കുന്നവരും ഷീറ്റുകൾ റാട്ടപ്പുരയിൽ പുക യ്ക്കിടുന്നവരും ഒട്ടുപാൽ ശേഖരിക്കുന്നവരും ഒക്കെയായി ഇരുപതിൽ താഴെ പണിക്കാർ. വൈകുന്നേരത്തോടെ ഇവരെല്ലാം പോയിക്കഴിഞ്ഞാൽ വല്ലാത്തൊരു ഭയാനകതയാണാ റബ്ബർ തോട്ടത്തിൽ.. ഈ ഏരിയയിൽ ആകെ അലോസരമെന്ന് പറയാവുന്നതായി ബംഗാളികളുടെ ഈ ക്യാമ്പ് മാത്രമാണ്. രാത്രികാലങ്ങളിൽ ഇവിടെ നല്ല മുട്ടൻ വഴക്കും അടി പിടിയുമെല്ലാം നടക്കാറുണ്ട്. നാട്ടിലെ ചില ചില്ലറ മോഷണങ്ങളിലും ഇവർക്ക് നല്ല പങ്കുണ്ടോയെന്ന് പലർക്കും നല്ല സംശയവുമുണ്ടായിരുന്നു.

പഞ്ചർകട അടച്ചാൽ മത്തായീടെകൂടെ എന്തേലും രണ്ടെണ്ണം അടിച്ച് ഫിറ്റായിട്ടാണ് ലോനപ്പൻ ലോഡ്ജിലെത്തുക. ജയഭാരതിയും നസീറും അഭിനയിച്ച ഏതെങ്കിലും പടത്തിലെ നല്ല പാട്ടുകൾ മൂളിയുള്ള ആ സൈക്കിൾ ചവിട്ടൽ അയാൾക്ക് ഒരു വ്യായാമം കൂടിയാണ്. അപ്പോൾ ചുറ്റുപാടുകളൊന്നും വല്ലാതെ ശ്രദ്ധിക്കാതെയായിരിക്കും യാത്ര.

അന്നെന്തോ കാരണത്താൽ സാധനം കിട്ടിയില്ല. അതിന്റെയൊരു രസക്കേടിലായിരുന്ന ലോനപ്പൻ തൊഴിലാളി ക്യാമ്പിലേക്ക് തിരിയുന്ന ഭാഗത്തെത്തി. സൈക്കിൾ മതിലിൽ ചാരിവച്ച് മൂത്രശങ്കതീർക്കാനിരുന്ന ലോനപ്പൻ വെറുതെ മതിൽക്കെട്ടിനുള്ളിലേക്ക് ഒന്നെത്തിനോക്കി. ക്യാമ്പിന്റെ തെക്കുഭാഗത്ത് ആര്യവേപ്പുമരത്തിന്റെ ചുവട്ടിൽ രണ്ടുമൂന്ന് നിഴലുകൾ. മൂത്രമൊഴിക്കൽ പെട്ടെന്ന് നിർത്തി എഴുന്നേറ്റ ലോനപ്പൻ പതുക്കെ മതിലിന് താഴെക്കൂടി നടന്ന് ഏകദേശം അവർ നില്ക്കുന്ന സ്ഥലത്തെത്തി. ഒരു വാഴക്കൂട്ടത്തിന് പിറകിലൊളിച്ചുനിന്ന് കാതോർത്തു. പറയുന്നത് ഹിന്ദിയോ ബംഗാളിയോ ആണെന്നുതോന്നുന്നു, ഒന്നും മനസ്സിലാവുന്നില്ല. എന്തായാലും പറയുന്ന സ്ലാങ് കേട്ടിട്ട് നല്ല ചൂടൻ തെറിയാണെന്ന് മനസ്സിലായി. ഈ രാത്രി സമയത്ത് ഇതെന്നാ കൂത്താണെന്ന് ചിന്തിച്ചോണ്ടിരിക്കെ ഒരു വെടിയൊച്ച കേട്ടതും പെട്ടെന്നൊരുത്തൻ നിലവിളിച്ചോണ്ട് നിന്നിടത്തുതന്നെ വീണു. മറ്റുള്ളവർ പുറകിലെ മതിൽ ചാടി ഓടിപ്പോയി. താഴെ വീണവൻ വേദനകൊണ്ട് പുളയുകയാണ്.. എന്തുചെയ്യണമെന്നറിയാതെ അല്പസമയം നിന്നു. ഈ രാത്രി സമയത്ത് എന്തുചെയ്യാനാവും. അവനെ ആശുപത്രിയിൽ കൊണ്ട് പോവണമെങ്കിൽത്തന്നെ കൈയിൽ ഒരു പഴയ സൈക്കിളാണുള്ളത്. കാര്യം കൊലപാതകശ്രമമാണ് എന്നുതോന്നുന്നു. അതിന്റെ ഗുരുതരാവസ്ഥയെക്കുറിച്ച് ചിന്തിക്കുന്നതിനേക്കാൾ നല്ലത് മാനുഷിക പരിഗണനയാണെന്ന് കരുതിയ ലോനപ്പൻവർക്കി മതിൽ ചാടിക്കടന്ന് ആ ശരീരത്തിനടുത്തെത്തി. മൂക്കിന് സമീപം കൈവച്ചുനോക്കി. ശ്വാസമില്ല. ഇനി അയാൾ മരിച്ചു കാണുമോ? തറ മുഴുവൻ രക്തമാണ്. എങ്ങനെയെങ്കിലും ഹോസ്പിറ്റലിൽ എത്തിച്ചേ മതിയാവൂ. രണ്ടും കല്പിച്ച് ലോനപ്പൻ അയാളെ പൊക്കിയെടുക്കാൻ ശ്രമിച്ചു.. പെട്ടെന്ന് ക്യാമ്പിലെ ഏതോ ഒരു മുറിയിൽ പ്രകാശം കത്തി. ഒരുത്തൻ പുറത്തുവന്നു. ലോനപ്പൻ പുറകോട്ടു മാറി മതിലിനടുത്തേക്ക് നിന്നു. അവൻ ആ ഭാഗത്തേക്കുതന്നെയാണ് വരുന്നത്. അയാൾ പതുക്കെ മതിലിൽ നിന്ന് പുറകോട്ട് ചാടി സൈക്കിൾ ഒച്ചയുണ്ടാക്കാതെ ഉരുട്ടി ലോഡ്ജിലെ പഴയ സാധനങ്ങൾ വെക്കുന്ന ഷെഡ്ഡിൽവച്ച് വേഗം റൂമിലെത്തി. പരിഭ്രമവും ആശങ്കയും നിസ്സഹായതയും കാരണം റൂമിൽ കട്ടിലിന്റെ ചുവട്ടിൽ ഒളിപ്പിച്ചുവച്ചിരുന്ന ചാരായം ഒറ്റ വലിക്ക് കുടിച്ച് കിടക്കയിലേക്ക് മറിഞ്ഞു.

പിറ്റേന്ന് രാവിലെ ക്യാമ്പിൽ പൊലീസുകാരുടെ ബഹളവും ബൂട്ടിന്റെ ശബ്ദവും കേട്ടുണർന്ന ലോനപ്പന് ചാരായത്തിന്റെ കെട്ടുവിട്ടതിൽ പിന്നെയാണ് തലേന്നത്തെ കാര്യങ്ങൾ ഓർമ്മയിൽ വന്നത്. കർത്താവേ.... കുരിശായോ എന്നും ചിന്തിച്ചോണ്ട് വാതിൽ തുറന്ന് പുറത്തുവന്ന ലോനപ്പൻ കണ്ടത് ലോഡ്ജിലെ താമസക്കാരെല്ലാം വരാന്തയിൽ നിന്ന് അപ്പുറത്തെ കാര്യങ്ങൾ നോക്കിക്കാണുന്നതാണ്.

“എന്നാ ഒറക്കമാ ചേട്ടായി... ഈ ബഹളമൊന്നും കേട്ടില്ലായോ?”

ക്യാമ്പിലേക്ക് നോക്കിയ ലോനപ്പൻ കണ്ടത് ഒരുകൂട്ടം പൊലീസു

കാർ തൊഴിലാളികളെ പുറത്തുനിർത്തി ചോദ്യംചെയ്യുന്നതാണ്. അടുക്കളയുടെ സമീപത്ത് ചോര തളംകെട്ടി നില്ക്കുന്നുണ്ട്. വിരലടയാളം പരിശോധിക്കാൻ വിരലടയാള വിദഗ്ദ്ധരും എത്തിയിട്ടുണ്ട്.

"ഇന്ന് രാവിലെ റബ്ബർ വെട്ടാൻവന്ന തൊഴിലാളികളാണ് തോട്ടത്തിൽ ഒരാൾ മരിച്ച് കിടക്കുന്നത് കണ്ടത്. വെടിയേറ്റതെന്നാണ് സംസാരം. ഇട്ടിയവിര അറിയിച്ചതനുസരിച്ച് എത്തിയതാണ് പോലീസുകാർ. പക്ഷേ, സംഗതിയുടെ ഗൗരവം എന്താണെന്നുവെച്ചാൽ ലേബർ ക്യാമ്പിന്റെ അടുക്കള ഭാഗത്ത് രക്തക്കറകൾ കാണുന്നുണ്ട്."

ജോസഫിന്റെ വാക്കുകൾ ലോനപ്പന്റെ ചെവിയിൽ ഇടിത്തീപോലെയാണ് വീണത്.. രാത്രിയിൽ നടന്ന കാര്യങ്ങൾ എല്ലാവരോടും പറഞ്ഞാലോ എന്ന് രണ്ടുമൂന്നാവർത്തി ചിന്തിച്ചു. ഒടുവിൽ കെട്ട്യോളെയും കുട്ട്യോളെയും പ്രായമായ അപ്പനെയും അമ്മയെയും ഓർത്ത് ഇനീപ്പോ അതിൽ തലയിട്ട് വയ്യാവേലിയുണ്ടാക്കണ്ടായെന്ന് ചിന്തിച്ച് ലോനപ്പൻ വർക്കി തെല്ല് അസ്വസ്ഥതയോടെ തന്നെ ദിനചര്യകൾ പൂർത്തിയാക്കി

പഞ്ചർകടയിലെത്തി. വഴിയേപോയ പ്രശ്നങ്ങൾ തലയിൽ കയറ്റിവെച്ച് ഇരിക്കാനും നിക്കാനും വയ്യാതെ പെടാപ്പാടുപെടുന്ന ലോനപ്പനെ കണ്ട് ഹെൽപ്പർ മൂസ മുഖം ചുളിച്ചുനോക്കി ചോദിച്ചു.

"ഇതെന്താ ലോനപ്പൻ ചേട്ടാ മൂലക്കുരൂന്റെ അസ്കിത ഉള്ളതുപോലെ ഇങ്ങക്കൊരു ഇരിക്കപ്പൊറുതിയില്ലാത്തത്?"

ഒന്നൂല്ലാന്ന് പറഞ്ഞ് ഒഴിഞ്ഞുമാറിയെങ്കിലും മൂപ്പർക്ക് എന്തോ ഒരു എടങ്ങേറുണ്ടെന്ന് മൂസയ്ക്ക് മനസ്സിലായി.

പൊലീസുകാരുടെ അന്വേഷണം എവിടം വരെയെത്തിയെന്ന് ഒരു വിവരവും ഇല്ലല്ലോ കർത്താവേ എന്ന് ലോനപ്പൻ പരവേശപ്പെട്ടു. ഇത്രയും കാലം ഇവടെവന്ന് താമസിച്ചിട്ടും ഒരു വയ്യാവേലിയിലും പോയി തലയിട്ടിട്ടില്ല. ഇന്നലെ എന്ത് കഷ്ടകാലമായിരുന്നോ തമ്പുരാനേ എന്നയാളുടെ ഉള്ളിൽ തീയാളി.. ആരുടെയൊക്കെയോ നല്ലതിനുവേണ്ടി തള്ളേം തന്തേം കുടുംബോമൊക്കെ വിട്ട് ഇവിടെ വന്നുനിന്നത് ഇങ്ങനെ കൊലക്കയറിൽ തൂങ്ങാനായിരുന്നോ ഈശ്വരാ എന്ന് ലോനപ്പൻ ഇടനെഞ്ച് പൊട്ടി വിലപിച്ചു.

ശവശരീരത്തിൽ തീർച്ചയായും വിരലടയാളം പതിഞ്ഞിരിക്കും എന്നതിനാൽത്തന്നെ വിദഗ്ദ്ധരുടെയും പൊലിസ് നായയുടെയും ദൃഷ്ടി തന്നിൽ പതിയുമെന്ന് ലോനപ്പന് ഉറപ്പായിരുന്നു. രണ്ടു ദിവസമായി ഊണും ഉറക്കവുമില്ലാത്ത ഒരവസ്ഥയിലായിരുന്നു അയാൾ. പൊലിസിനോട് സത്യാവസ്ഥ തുറന്നുപറഞ്ഞാൽ വിശ്വസിക്കുമോ എന്നൊക്കെയുള്ള ആശങ്ക അയാളിൽ നിറഞ്ഞു. എന്തായാലും പ്രതീക്ഷതെറ്റിയില്ല. പിറ്റേന്ന് രാവിലെ ഇട്ടിയവിരയുടെ ലോഡ്ജിനു മുന്നിൽ ഒരു പൊലിസ് ജീപ്പ് വന്നുനിന്നു. മുറ്റത്തു നിന്ന ആക്രിക്കടക്കാരനോട് സബ് ഇൻസ്പെക്ടർ വളരെ മര്യാദയോടുകൂടി ചോദിച്ചു.

"ഇവിടെ ആരെല്ലാമാണ് താമസിക്കുന്നത്?"

കുറച്ച് പരിഭ്രമത്തോടെ പുറത്തുവന്ന ലോനപ്പൻ വർക്കി നടന്ന കാര്യങ്ങൾ എല്ലാം താഴ്മയോടെ പൊലീസിനോട് പറഞ്ഞു.

"വണ്ടിയിൽ കയറ്." എസ് പിയും ഈ കേസിന്റെ ചുമതലയുള്ള സി ഐയും സ്റ്റേഷനിൽ വെയ്റ്റ് ചെയ്യുന്നുണ്ട്. ഈ കാര്യങ്ങൾ പറഞ്ഞാൽ മതി."

ലോനപ്പനെ പൊലീസ് പിടിച്ചെന്ന വാർത്തപരന്നു. ലോനപ്പൻ തന്നെ പ്രതി എന്ന വിധത്തിലായിരുന്നു അത്. പെണ്ണും കുട്ടീം കുടുംബവുമില്ലാതെ ഇയാൾ എന്തിനായിരുന്നു ഇവിടെവന്ന് താമസിച്ചത് എന്ന വലിയ ചിന്ത ആളുകളെല്ലാം ചർച്ചാ വിഷയമാക്കി മാറ്റി. അത്രയും സമയം കൊണ്ടുതന്നെ അയാൾ ഇത്രകാലവും ഉണ്ടാക്കിയ എല്ലാ സത്പേരും പോയിക്കിട്ടിയിരുന്നു. ഇനിയും ചോദ്യംചെയ്യാൻ വിളിക്കും എന്ന താക്കീതോടെയാണ് പിറ്റേന്ന് രാവിലെ ലോനപ്പനെ സ്റ്റേഷനിൽനിന്ന് വിട്ടയച്ചത്.

പീറ്റർ അരാക്കി രണ്ട് സിപ്പ് വായിലെടുത്ത് കമിഴ്ത്തി, നെത്തോലി വറുത്തെടുത്തതൊരെണ്ണം വായിലേക്ക് തിരുകി.

"ഇനി അല്പം ഫ്ളാഷ്ബാക്ക് സ്റ്റോറിയാണ്. നീ കേൾക്കുന്നില്ലേ മച്ചാ... നിനക്കറിയാലോ ഇത് നമുക്ക് പൊളിക്കണം. കഥ, തിരക്കഥ, സംഭാഷണം, സംവിധാനം ലൂയി പീറ്റർ. പ്രൊഡക്ഷന് പറ്റിയ ഒരു കമ്പനിയും കണ്ടെത്തണം."

"ഉവ്വെ ടാ.... നീ പറ..." ലൂയി ഏകദേശം തീരാറായ രണ്ട് ബോട്ടിലുകളിൽ നിന്ന് അര പെഗ്ഗ് വീതമെടുത്ത് മിക്സ്ചെയ്ത് നേരെ വായിലേക്ക് കമിഴ്ത്തി. മുന്നിലെ പ്ലേറ്റിലുള്ള വറുത്ത അയലയുടെ ഒരു വശം അടർത്തിയെടുത്ത് പല്ലുകൾക്കിടയിലിട്ട് ഞെരിച്ചു. പീറ്റർ തുടർന്നു പറയാൻ തുടങ്ങി.

അന്ന് ഞായറാഴ്ചയായിരുന്നു. ഭായ്ബസാർ എന്നറിയപ്പെടുന്ന ബംഗാളികളുടെ ആഴ്ചച്ചന്ത തുറക്കുന്ന ദിവസം. ആ പ്രദേശത്ത് പല സ്ഥലങ്ങളിലായി ധാരാളം അന്യസംസ്ഥാന തൊഴിലാളി ക്യാമ്പുകളുണ്ട്. ബംഗാളികൾ മാത്രമല്ല അവിടങ്ങളിൽ താമസിക്കുന്നത്. ആസ്സാം, യു പി, ബീഹാർ എന്നിവിടങ്ങളിലെല്ലാമുള്ള ആളുകളുണ്ട്. എങ്കിലും പൊതുവായി ബംഗാളികൾ എന്നാണവരെ വിളിക്കുന്നത്. ഇവിടങ്ങളിൽ തമാശയ്ക്ക് ഒരു ചൊല്ലുണ്ട്. കുറച്ച് കല്ലുകൾ പെറുക്കി മുകളിലേക്കിട്ടാൽ അത് വീഴുന്നതെല്ലാം ബംഗാളികളുടെ തലയിലേക്കായിരിക്കുമെന്ന്. എന്തായാലും അത് സത്യംതന്നെയാണ്. ഇവിടെ ഞായറാഴ്ച ടൗണിൽ അവർക്ക് മാത്രമായി ഒരു ചന്തയുണ്ട്. ഭായിബസാർ എന്നാണതിന്റെ പേര്. ഭേൽപുരി, പാനി പൂരി, ചൗമീൻ, മോമോസ് തുടങ്ങി സകല മസാലകളും ഉത്തരേന്ത്യൻ തുണിത്തരങ്ങൾ, ഫാഷൻഷോപ്പുകൾ, സിഡികൾ തുടങ്ങി അവരുടെ നാട്ടിൽക്കിട്ടുന്ന സകലമാന സാധനങ്ങളും ആ ചന്തയിൽക്കിട്ടും. ഞായറാഴ്ചകളിൽ അവരുടെ ഭാഷകളിലുള്ള സിനിമകൾ പ്രദർശിപ്പിക്കുന്ന ഒന്നുരണ്ടു തിയേറ്ററുകളും അവിടെയുണ്ട്.

ഒരു മിനി ഉത്തരേന്ത്യ എന്ന് ഈ പ്രദേശത്തെ ആളുകൾ പറയാറുണ്ട്. എല്ലാ ഞായറാഴ്ചകളിലും ഇവരെല്ലാംതന്നെ ടൗണിൽ ഭായി ബസാറിൽ ഒത്തു കൂടുന്നവരാണ്. അത്യാവശ്യം അടിപിടിയും വഴക്കും കൊലപാത കവുമെല്ലാമായി ഒരു തനി വടക്കേ ഇന്ത്യൻ നഗരത്തിന്റെ ഛായയാണ് ഞായറാഴ്ചകളിൽ അവിടം. ഈ തൊഴിലാളികളെല്ലാം തന്നെയാണ് ഹോട്ടലുകൾ, ബാറുകൾ, നിർമ്മാണ പ്രവർത്തനങ്ങൾ നടക്കുന്ന സ്ഥലങ്ങൾ, ഇവിടെയെല്ലാം പ്രധാനമായും പണിയെടുക്കുന്നവർ.

മലയാളികളൊന്നും ഭായി ബസാറിലേക്ക് വരാറില്ല എന്നതുകൊണ്ടു തന്നെ യഥാർത്ഥത്തിൽ ഒരു ബംഗാളി പട്ടണത്തിന്റെ ചിത്രമാണുള്ളത്. എണ്ണ പറ്റാത്ത പാറിപ്പറന്ന മുടിയും നിശ്ചയദാർഢ്യമുള്ള കണ്ണുകളും പാൻപരാഗ് മണക്കുന്ന ശ്വാസവുമായി യുവാക്കളും സാരിത്തലപ്പ് കൊണ്ട് തലമുടിയ സ്ത്രീകളും ലിപ്സ്റ്റിക്കിട്ട ചുണ്ടുകളുമായി ചെറുപ്പക്കാരികളുമൊക്കെയായി ഒരു കളർഫുൾ അന്തരീക്ഷം.

വർഷങ്ങൾക്കുമുന്നെ ജന്മദേശമായ ബംഗ്ലാദേശിൽനിന്ന് കെട്ടിടം പണിക്കായി ഇങ്ങോട്ട് വണ്ടികയറിയതാണ് ഹരിദേബ്. തനിച്ച് താമസിക്കുന്നതും ഭക്ഷണമുണ്ടാക്കുന്നതും ബുദ്ധിമുട്ട് നേരിട്ടപ്പോൾ കെട്ടിയ പെണ്ണിനെയും ഇങ്ങോട്ട് കൂട്ടി. ഒരു സുന്ദരിയായ മകളുമുണ്ട് ഇപ്പോൾ. ആഷി. നന്നായി പഠിക്കുന്ന കുട്ടിയാണ് ആഷി. കുടുംബം നന്നായി പരിപാലിക്കുന്ന ഹരിദേബ് വർഷത്തിലൊരിക്കൽ നാട്ടിൽപ്പോയി വൃദ്ധരായ മാതാപിതാക്കളെ കണ്ട് അവരുടെ കാര്യങ്ങൾ ശ്രദ്ധിക്കുന്ന സഹോദരങ്ങൾക്കുവേണ്ട സാമ്പത്തിക സഹായവും നല്കി ജീവിച്ച് വരികയാണ്. ഈയിടെയായി ആഷിക്ക് ഒരു പ്രണയമുണ്ടെന്ന് ഹരിദേബിന് ചില ചെറിയ സംശയങ്ങൾ തോന്നിയിരുന്നു. ആബീർ എന്നു പേരുള്ള ഒരു പയ്യന്റെകൂടെ അവളെ പലപ്പോഴായി കാണുന്നുണ്ടെന്ന് ഹരിദേബിന് വിവരം കിട്ടിയിരുന്നു. ആബീറിന്റെ ഉപ്പ മൊയ്ദുൽ വർഷങ്ങൾക്കു മുന്നെ ആസാമിൽനിന്ന് ഇവിടെ കെട്ടിടം പണിക്കായി എത്തിയതാണ്. ഹരിദേബ് ഈ വിവരം അറിഞ്ഞയുടനെ ആബീറിനെ ജോലിചെയ്യുന്ന ഹോട്ടലിൽ ചെന്നുകണ്ടാണ് കാര്യങ്ങൾ അന്വേഷിച്ചത്. ആഷിയോടുള്ള തീവ്രാനുരാഗം വ്യക്തമാക്കുന്ന മറുപടിയാണ് ഹരിദേബിന് ലഭിച്ചത്. കൂടാതെ അടുത്തുതന്നെ അവർ രണ്ടുപേരും നാട്ടിലേക്ക് വണ്ടികയറാനുള്ള സാദ്ധ്യതയുണ്ടെന്നുള്ള ഒരു സൂചനയും ഹരിദേബിന് ലഭിച്ചു.. ഇവിടത്തേക്കാൾ തീവ്രമായ സാമൂഹിക വ്യവസ്ഥയാണ് അവിടെയെന്ന് അറിയാവുന്ന ഹരിദേബ് ഏതുവിധേനയും കുട്ടികളെ ഇതിൽനിന്ന് പിന്തിരിപ്പിക്കണമെന്ന് ചിന്തിച്ചു. ഇനിയും ഒരു ജീവനെ ചുട്ടെരിക്കുന്ന ചരിത്രം ആവർത്തിച്ചുകൂടാ. മതവർഗ്ഗീയതയും ഫാസിസവും ഉത്ഭവിക്കുന്നത് വ്യക്തികളുടെ മനസ്സിൽത്തന്നെയാണ്. പിന്നീടാണത് അർബ്ബുദംപോലെ സമൂഹത്തെ കാർന്നുതിന്നുന്നത്. ഹരിദേബ് ചിന്തിച്ചു.

ഒരു തവണകൂടി കാര്യങ്ങൾ രമ്യതയിൽ പരിഹരിക്കാനുള്ള തീരുമാനങ്ങളെടുക്കണമെന്ന് ചിന്തിച്ചാണ് ഹരിദേബ് മൊയ്ദുലിനെ

കാണാനായി കെട്ടിടംപണി നടക്കുന്ന സ്ഥലത്തെത്തിയത്. പക്ഷേ, പ്രതീക്ഷിച്ച പ്രതിഫലനമല്ല അയാളിൽനിന്ന് ലഭിച്ചത് എന്നത് ഹരിദേബിനെ ആശയങ്കയിലാഴ്ത്തി. എങ്ങനെയെന്നറിയില്ല ഈ വിവരം ഭൂരിഭാഗം പേരിലും എത്തിയെന്ന് അന്ന് ഭായിബസാറിൽ വച്ചുനടന്ന തർക്കത്തിൽ നിന്ന് വ്യക്തമായി. ചെറുപ്പക്കാർ രണ്ടു ചേരികളായി മാറി. ആബീറിന്റെ കൂടെയുള്ളവരും ഹരിദേബിന്റെ കൂടെയുള്ളവരും. അത്യാവശ്യം നല്ല തർക്കംതന്നെ അന്നുച്ചയ്ക്ക് നടന്നിട്ടുണ്ട്. അടിതടുക്കാൻ ചെന്ന മൊയ്ദുലിന്റെ തലയ്ക്ക് അടിയേറ്റ് ഹോസ്പിറ്റലിൽ കൊണ്ടുപോയി സ്റ്റിച്ചിടേണ്ടി വന്നു. എല്ലാംകൂടെ ഒരു കലാപാന്തരീക്ഷമായിരുന്നു അന്ന് ഭായി ബസാറിൽ. ആ തർക്കത്തിന്റെ ബാക്കിപത്രമായിരുന്നു കൊലപാതകം. ഇട്ടിയവിരയുടെ ലോഡ്ജിന് മുൻപിലുള്ള അന്യസംസ്ഥാന തൊഴിലാളി ക്യാമ്പിലാണ് മൊയ്ദുലും മകനും താമസിക്കുന്നത്. അവരെ രണ്ടു പേരെയും നേരിട്ടുകണ്ട് കാര്യങ്ങൾ സംസാരിച്ച് ഒരു ഒത്തുതീർപ്പിലെത്താനാണ് അന്ന് രാത്രി ഒരു പതിനൊന്നു മണിയായപ്പോൾ ഹരിദേബ് അവിടെയെത്തുന്നത്. രമ്യതയിലെത്താനും ആഷിയുമായുള്ള പ്രണയത്തിൽ നിന്ന് പിന്മാറാനും ഹരിദേബ് ആബിറിനോടും മൊയ്ദുലിനോടും കേണപേക്ഷിച്ചു. അതിനിടയ്ക്ക് അവിടെ താമസിക്കുന്ന രണ്ടുപേർ കൂടി ഇടപെട്ടപ്പോൾ സാഹചര്യത്തിന് ഇത്തിരി തർക്ക സ്വഭാവം കൈവരികയും കൂട്ടത്തിലൊരാൾ കൈയിലിരുന്ന തോക്കിനാൽ ഹരിദേബിന്റെ നേരെ നിറയൊഴിക്കുന്നതും അയാൾ വീഴുന്നതുമാണ് അന്ന് രാത്രി ജോലി കഴിഞ്ഞ് വരുന്ന വഴിയിൽ വച്ച് ലോനപ്പൻ കണ്ടത്. ആരോ കണ്ടു എന്ന് തോന്നിയ മൂവർസംഘം പെട്ടെന്ന് മതിൽചാടി ഓടിപ്പോവുകയാണുണ്ടായത്. ഇത് അതിഭയങ്കരമായ തർക്ക വിഷയമാവും എന്നവർക്ക് തീർച്ചയായിരുന്നു. കാരണം ഒരു ഹിന്ദുവാണ് കൊല്ലപ്പെട്ടിരിക്കുന്നത്. ഒരു ലവ് ജിഹാദ് എന്ന സാദ്ധ്യതയും തള്ളിക്കളയാൻ ആളുകൾ തയ്യാറാവില്ല. അന്യസംസ്ഥാന തൊഴിലാളിയുടെ കൈയിൽ തോക്ക് എങ്ങനെ വന്നു എന്നത് വളരെയധികം ചിന്തിക്കേണ്ട കാര്യം തന്നെയാണ്.

അന്വേഷണത്തിന്റെ ഭാഗമായി പൊലീസ് രണ്ടുതവണ ലോനപ്പനെ സ്റ്റേഷനിലോട്ട് വിളിപ്പിച്ചതിന്റെ മനസ്താപത്തിൽ അയാൾക്ക് ഒരാഴ്ചയായി മിണ്ടാട്ടം കുറവായിരുന്നു. ജോസഫിനും ബാബുവിനും ലെയ്സണും എന്താണെന്നു തുറന്ന് ചോദിക്കാനും ഒരു മടി. ഇനി പൊലീസ് തങ്ങളെയെങ്ങാനും ചോദ്യം ചെയ്യാൻ വിളിച്ചേക്കുമോ എന്നും അവർ ഭയപ്പെട്ടു. അതുതന്നെ സംഭവിച്ചു. അന്ന് വൈകുന്നേരം രണ്ടു പൊലീസുകാർ സ്റ്റേഷനിലേക്ക് വരാൻ പറഞ്ഞതിൻ പ്രകാരം അവർ ചെന്ന് ലോനപ്പനെക്കുറിച്ചും തൊട്ടടുത്ത ബംഗാളി താമസക്കാരെയുമെല്ലാം പറ്റി അവർക്കറിയാവുന്ന കാര്യങ്ങളെല്ലാം പറഞ്ഞു. ഭായി ബസാറിൽ നടന്ന തർക്കങ്ങളൊന്നുംതന്നെ പൊലീസുകാരോ ലോഡ്ജിലെ താമസക്കാരോ നാട്ടുകാരോ അറിഞ്ഞിട്ടില്ല.

ഭായിബസാറിൽ തീവ്രവാദ സംഘടനയുമായി ബന്ധമുള്ള ആരോ

ഏതോ ഒരു കടയിൽ ജോലി ചെയ്യുന്നുണ്ടെന്ന ഇന്റലിജൻസ് ഇൻഫർമേഷൻ പൊലീസിന് മുൻപേതന്നെ ലഭിച്ചിട്ടുണ്ടായിരുന്നു. അതിന്റെ അന്വേഷണച്ചുമതല എസ് പി രംഗനാഥനായിരുന്നു.. അദ്ദേഹം ധൃതിയിൽ ഒരു കോൺഫറൻസ് വിളിച്ചു. ഈ കൊലപാതകവും ഈ വാർത്തയും തമ്മിൽ എന്തെങ്കിലും ബന്ധമുണ്ടാവുമോ എന്ന ചിന്തയിലായിരുന്നു അദ്ദേഹം. ചെയ്യേണ്ട ഡ്യൂട്ടികളുടെ ചുമതല സി ഐയ്ക്കും എസ് ഐയ്ക്കും കൊടുത്ത് അദ്ദേഹം ഐജിയുമായി മുന്നെ നിശ്ചയിക്കപ്പെട്ട കോൺഫറൻസിന് ഹാജരായി.

"ഒരു മനുഷ്യന്റെ ശരീരത്തിൽ വൈറസ് കടന്നുകൂടിയാൽ ശരീരത്തെ ഒന്നാകെ അത് കാർന്നുതിന്നും. വർഗ്ഗീയതയും തീവ്രവാദവും ഇതുവരെ മരുന്ന് കണ്ടുപിടിക്കപ്പെടാത്ത വൈറൽ ഡിസീസ് തന്നെയാണ്. ആ വൈറസിനെ ഒന്നാകെ നശിപ്പിക്കേണ്ടത് ഓരോ പൗരന്റെയും കടമയുമാണ്."

ഐ ജി പറഞ്ഞുനിർത്തി. ആ സമയത്ത് പുറത്തൊരാൾ ഐ ജിയെ കാണാൻ കാത്തുനില്ക്കുന്നു എന്ന് ഒരു പൊലീസുകാരൻ വന്നു പറഞ്ഞു. അയാളോട് ഓഫീസിലേക്ക് വരാൻ പറഞ്ഞുകൊണ്ട് ഐ ജി കേസുമായി ബന്ധപ്പെട്ട കാര്യങ്ങൾ എസ് പിക്ക് കൈമാറി.

ഭായി ബസാറിലെ കടയിൽ നില്ക്കുന്ന ഒരു സെയിൽസ്മാനെക്കുറിച്ചുള്ള വിവരങ്ങൾ ശേഖരിക്കാൻ പൊലീസ് വിളിപ്പിച്ച കടയുടമയായിരുന്നു അത്. അയാൾ ഒരു ഫാഷൻ ബൊട്ടിക് ആന്റ് ഷോപ്പ് നടത്തുകയാണ്. അതിലെ സെയിൽസ്മാനായ ഒമറിനെക്കുറിച്ചാണ് തീവ്രവാദബന്ധമുണ്ടെന്ന് ആരോപണം വന്നിരിക്കുന്നത്. കടയുടമ അത്ഭുതപ്പെട്ടു. ഏഴു വർഷമായി കടയിൽ ജോലി ചെയ്യുന്നവനാണ്. ഇതുവരെ ഒരു സംശയവും തോന്നിയിട്ടില്ല. അവനെ അറസ്റ്റ് ചെയ്യേണ്ടിവരുന്നത് വല്ലാത്ത നാണക്കേടുണ്ടാക്കുമെന്നയാൾക്ക് തോന്നി. അത് ഭായി ബസാറിന് വല്ലാത്തൊരു ക്ഷീണമായിരിക്കും. താമസിയാതെ ആ അറസ്റ്റ് നടക്കുമെന്നയാൾക്ക് ഉറപ്പായി.

എത്രയും പെട്ടെന്ന് ഒമറിനെ കടയിൽ നിന്നൊഴിവാക്കാൻ തീരുമാനിച്ചുകൊണ്ടയാൾ പുറത്തേക്ക് പോയി.

കൊലപാതക സംഘത്തിന് തോക്ക് എവിടെനിന്ന് ലഭിച്ചു എന്നത് അന്വേഷണോദ്യോഗസ്ഥരെ കുഴയ്ക്കുന്ന ഒരു കാര്യമായി... കൊലപാതകത്തിന് ഈ സംഭവവുമായി എന്തുകൊണ്ട് ബന്ധമുണ്ടായിക്കൂടാ എന്ന് ചിന്തിച്ച പൊലീസ് കേസ് ക്രൈംബ്രാഞ്ചിന് വിടാൻ തീരുമാനമായി. ഉത്തരേന്ത്യൻ മോഡൽ കൊലപാതകമാണ് നടന്നിരിക്കുന്നത്. കുടുതൽ അന്വേഷണം ഉത്തരേന്ത്യൻ ഗ്രാമങ്ങളിലേക്കുകൂടി വ്യാപിപ്പിക്കേണ്ടത് അനിവാര്യമായി. അതിലൂടെ മാത്രമേ പൊലീസിന് ഒരു തീരുമാനത്തിലെത്താൻ കഴിയുകയുള്ളൂ. കൂടാതെ തൊഴിലാളി ക്യാമ്പിലാണ് കൊലപാതകം നടന്നതെങ്കിലും. മൃതദേഹം കണ്ടത് റബ്ബർ തോട്ടത്തിലാണ്... എല്ലാംകൂടെ തെളിയിക്കുവാൻ സമയമെടുക്കുമെന്നുറപ്പായി..

വീണ്ടും രണ്ടുതവണകൂടി അന്വേഷണത്തിന് വിളിക്കപ്പെട്ടതോടെ ലോനപ്പൻ വർക്കി ആകെ തകർന്നു. രാജ്യത്തെ നിയമ വ്യവസ്ഥകൾ തനിക്ക് അനുകൂലമായി വരുമോ എന്ന കാര്യത്തിൽ അയാൾക്ക് നല്ല ആശങ്ക തോന്നിയിരുന്നു. ആരാണ് മരിച്ചത് എന്തിനാണ് കൊന്നത് എന്നൊന്നും അറിയാതെ ഇത്തരം ഒരു കുടുക്കിൽ പെട്ടത് അയാളെ ആകെ പരവേശപ്പെടുത്തിയിരുന്നു. കടയിൽച്ചെന്നാലും ആരോടും ഒന്നും സംസാരിക്കാതെയും അസ്വസ്ഥനായും അയാൾ കാണപ്പെട്ടു. ഇനി നാട്ടിൽ പോയാലും പൊലീസ് അവിടെയും അന്വേഷിച്ച് വരും. വീട്ടിലുള്ള വർക്കു കൂടി അതൊരു ബുദ്ധിമുട്ടാവും. അവിടെയുള്ള നാട്ടുകാർകൂടി അറിഞ്ഞാൽ വല്ലാത്തൊരു അഭിമാനക്ഷതമാവും അതെന്ന് അയാൾ കണക്കുകൂട്ടി.. തിരിച്ചുള്ള യാത്ര മുഴുവനും ആലോചിച്ചതുതന്നെ ഗ്രസിച്ച ഈ കഷ്ടകാലത്തെക്കുറിച്ചാണ്.

കുറച്ച് ദിവസങ്ങൾ നീണ്ടുപോയി. ഒമറിനെ തീവ്രവാദവുമായി ബന്ധമുണ്ടെന്ന പേരിൽ അറസ്റ്റുചെയ്തെന്ന് പത്രത്തിൽ വായിച്ചവർ വല്ലാതെ ഭീതിപ്പെട്ടു. ഭായി ബസാറിൽ ഒരു ബോംബ് പ്രയോഗമായിരുന്നത്രേ അവരുടെ ലക്ഷ്യം. ലെയ്സണാണ് പത്രവാർത്ത ബാബുവിനെയും ജോസഫിനെയും കാണിച്ചത്. കൊലപാതകക്കേസിൽ പൊലീസ് ചോദ്യംചെയ്ത് വിട്ടയച്ചതിനുശേഷം ലോനപ്പന്റെ അസ്വസ്ഥത കൂടി വരികയായിരുന്നു. ഭായി ബസാറുമായി ബന്ധപ്പെട്ട വാർത്തകളൊന്നും ലോനപ്പനെ സമാധാനപ്പെടുത്തിയിരുന്നില്ല. ഇനി പേടിക്കാനില്ല. ഒരു സാക്ഷിയായി മാത്രമേ പൊലീസുകാർ ലോനപ്പനെ കേസിൽ ഉൾപ്പെടുത്തുകയുള്ളൂവെന്ന് ലോനപ്പൻ ലോഡ്ജിലെത്തുമ്പോൾ പറയാൻ അവർ തീരുമാനിച്ചു.

അതേസമയം ലോനപ്പൻ വർക്കി റബ്ബർ തോട്ടത്തിൽ റാട്ടുപുരയിൽ റബ്ബർ ഉറയൊഴിക്കുന്ന ആസിഡിന്റെ കന്നാസ് തുറന്ന് ഒന്നാകെ വായിലേക്ക് കമിഴ്ത്തുകയായിരുന്നു.

“നിർത്ത് നിർത്ത് പീറ്ററേ.... ഇതെന്നാ എൻഡിങ്ങാ? നിരപരാധിയായ ഒരുവനെ ആത്മഹത്യ ചെയ്യിക്കുന്നോ? ആ ഭാഗം വേണ്ട. അങ്ങ് ഒഴിവാക്കിയേര്. ഇതൊരു തീവ്രവാദ പശ്ചാത്തലമുള്ള കഥ തന്നെയാണ്. പക്ഷേ, ഒന്നുകൂടി കൊഴുപ്പിക്കണം. അത് തിരക്കഥയിലും സംവിധാനത്തിലും ചെയ്താൽ മതി. എന്തായാലും നീ ഒന്ന് ആലോചിച്ച് മാറ്റി എഴുത്. ഞാനീ കഥയുടെ ചുരുക്കം ഒരാളോട് പറയട്ടെ. ആളൊരു പ്രൊഡ്യൂസറാവാൻ പറ്റിയ ആള് തന്നെയാണ്. ഇഷ്ടംപോലെ കാശുണ്ട് കൈയിൽ. അവൻ കുറച്ചുനാൾ കൽക്കട്ടയിലായിരുന്നു. നാളെ ഞാനും അവനുമൊന്ന് കാണട്ടെ. നീയെന്തായാലും ക്ലൈമാക്സ് തിരുത്തിയെഴുതി മറ്റന്നാൾ രാവിലെ വാ.”

ലൂയി സെറ്റിയിലേക്ക് ചരിഞ്ഞു. തിരിച്ച് ഫ്ളാറ്റിലേക്കുള്ള യാത്രയിൽ കൈ സ്റ്റിയറിങ്ങിലാണെങ്കിലും പീറ്റർ ക്ലൈമാക്സിന്റെ കഥ തിരുത്തിയെഴുതുന്നതിനെക്കുറിച്ച് ആലോചിക്കുകയായിരുന്നു.

കാർ പോർച്ചിലിട്ടപ്പോഴേക്ക് മിലിയുടെ കാൾ വന്നു.

"എവിടെയാരുന്നെടാ നീ ഇത്രനേരവും? ഞാൻ വിളിച്ച് ഊപ്പാട് വന്നു. ഡയൽചെയ്ത് കൊറോണ ബോധവല്ക്കരണ ക്ലാസ് കഴിയുമ്പോഴെല്ലാം താങ്കൾ വിളിക്കുന്ന നമ്പർ ഇപ്പോൾ പരിധിക്ക് പുറത്താണ് എന്നാണല്ലോ പറഞ്ഞിരുന്നത്? നിന്റെ സിനിമ വർക്ക് എന്തായെടാ? നീ ലൂയിയുമായി സംസാരിച്ചോ? അതോ ഇത്രനേരം നീ വല്ലവളുമാരുമായി എവിടേലും ആയിരുന്നോ? എങ്കിൽ നിന്നെ ഞാൻ കഴുത്തുഞെരിച്ച് കൊല്ലും."

"പോടി മിലിത്തള്ളേ .. ഞാൻ ലൂയിയുടെ ഫ്ളാറ്റിലായിരുന്നു. സ്റ്റോറി ഡിസ്കഷനായിരുന്നു. അവസാന ഭാഗം ഒന്നുകൂടി ശരിയാക്കാനുണ്ട്. അവൻ ഒരു പ്രൊഡ്യൂസറുമായി കഥ സംസാരിക്കുന്നുണ്ട് നാളെ. അതിന് ശേഷം മറ്റന്നാൾ കാര്യങ്ങൾ തീരുമാനമാക്കണം."

"എടാ.... നീയെന്താ എന്നെ വിളിച്ചത്? തള്ളയെന്നോ? ഞാൻ നാളെ അങ്ങോട്ടു വരുന്നുണ്ട്. കാണിച്ചുതരാം തള്ളയാണോന്ന്. നിന്റെ സംസാരമൊക്കെ വല്ലാതെ വഴവഴാന്നുണ്ടല്ലോ. നന്നായി വലിച്ചു കേറ്റിയിട്ടുണ്ടല്ലേ? കുറച്ച് എനിക്ക് ബാക്കി വെക്കണേടാ പട്ടീ.... നാളെ നമുക്ക് അർമാദിക്കാടാ ചക്കരേ....ഉമ്മ..."

പിറ്റേ ദിവസം പീറ്റർ ഒരുമാതിരി ഇൻവെസ്റ്റിഗേഷൻ ത്രില്ലർ മൂവികളിലെയെല്ലാം ക്ലൈമാക്സ് തിരഞ്ഞുപിടിച്ച് കണ്ടു. അതിൽ നിന്നെല്ലാം വ്യത്യസ്തമായ ഒരു എന്റിങ് ആലോചിച്ച് ഒരു തീരുമാനത്തിലെത്തി. തോക്ക് വടക്കെ ഇന്ത്യയിലെ ഏതോ ഗ്രാമത്തിൽ ഉണ്ടാക്കിയതായി കാണിക്കാം. തോക്ക് ഉപയോഗിക്കാൻ പരിശീലനം കൊടുക്കുന്ന സംഘങ്ങളെ കണ്ടെത്തി പ്രതികളെ ഐഡൻഡിഫൈ ചെയ്യാം. കേരളവുമായി പ്രത്യേകിച്ച് ഭായി ബസാറുമായി അവർക്കുള്ള ബന്ധം വ്യക്തമാക്കുന്ന സംഗതികൾ വെളിച്ചത്തു കൊണ്ടുവരാം. ആ ഗ്രാമത്തിന്റെ ചിത്രീകരണവും അവിടത്തെ ഗ്രാമീണ ജീവിതവും തെളിയിക്കാൻ പോവുന്ന പൊലീസ് സംഘം അവിടത്തെ തീവ്രവാദ സംഘവുമായി ഏറ്റുമുട്ടി അതീവ സാഹസികമായി പ്രതികളെ അറസ്റ്റ് ചെയ്യുന്നതായും എഴുതാം. ഭായി ബസാറിലെ കൊലപാതകവും അതുമായി ബന്ധപ്പെടുത്തി തുമ്പുണ്ടാക്കാം. അവർക്കെതിരെ രാജ്യദ്രോഹത്തിനും ആയുധം ലൈസൻസില്ലാതെ കൈവശം വെച്ചതിനുമെല്ലാം കൂടെ വകുപ്പിട്ടുപൂട്ടി ഒടുക്കം ദേശീയ ഗാനത്തോടെ സിനിമ അവസാനിപ്പിക്കാം. ഇന്റർവെൽ കഴിഞ്ഞുള്ള ഭാഗം അതീവ സസ്പെൻസ് നിറഞ്ഞതും ഇൻവെസ്റ്റിഗേഷന്റെ അവസാന ഘട്ടവും ആയതിനാൽ തിയേറ്റർ മുഴുവൻ ശ്വാസമടക്കിപ്പിടിച്ചാവും സിനിമ കാണുക. സിനിമ കഴിയുമ്പോൾ കാണികൾ ദേശാഭിമാനത്തോടെ രോമാഞ്ചംകൊണ്ട് എഴുന്നേറ്റുനിന്ന് കൈയടിക്കും. ഇനിയെല്ലാം ലൂയി പീറ്റർ എന്ന സംവിധാനത്തിന്റെ മിടുക്കുപോലിരിക്കും.

ക്ലൈമാക്സ് ഒരുവിധം തീരുമാനിക്കപ്പെട്ട ആഹ്ലാദത്തിൽ അടുത്ത ദിവസം രാവിലെതന്നെ പീറ്റർ ലൂയിയുടെ ഫ്ളാറ്റിലെത്തി. വാതിൽ

തുറന്നു കിടക്കുകയായിരുന്നു. ലൂയി സെറ്റിയിൽ ചാഞ്ഞുകിടക്കുന്നുണ്ട്. നെറ്റിയിലുടെ ഒരു വെടിയുണ്ട തുളച്ചുകയറി തലയോട്ടി തുരന്ന് മറുവശത്തുകൂടി പോയിട്ടുണ്ട്. വായിൽ തുണി തിരുകിയിരിക്കുന്നു. മുന്നിലെ ടീപ്പോയിൽ പാതി കുടിച്ചുവെച്ച രണ്ട് മദ്യ ഗ്ലാസുകൾ. കൊറിച്ച് ബാക്കി വച്ച നട്സ്. മുക്കാലും കാലിയായ ഡാൽമോർ സ്കോച്ച് വിസ്കിയുടെ ഒരു ബോട്ടിലും. പീറ്ററിന്റെ കണ്ണുകളിൽ ഇരുട്ടു കേറി. ഭീകരവാദികളാൽ ചുറ്റപ്പെട്ട് തോക്കിൻകുഴലിന് മുന്നിൽപ്പെട്ട ഒരു സാധാരണ ഇന്ത്യൻ പൗരന്റെ നിസ്സഹായാവസ്ഥയിൽ അയാൾ സ്വന്തം ഉടൽ ചുരുട്ടി നിലത്തിരുന്നു.

കടൽക്കോള്

കഥയില്ലാത്തോനെന്ന് പിലാത്തോസിനെ കരക്കാരും നാട്ടുകാരും വിധിയെഴുതിയപ്പോഴും അവൻ തളരാതിരുന്നത് മനസ്സിൽ കടൽപോലെ അറ്റമില്ലാത്തൊരു കഥ കൊണ്ടുനടക്കുന്നതുകൊണ്ടാണ്. ബന്ധുക്കളാരും ഇല്ലാത്തതവന്റെ ഭാഗ്യം. അല്ലാരുന്നേൽ ഇതിലേറെ പള്ള് കേൾക്കേണ്ടി വന്നേനെ. മൂക്കറ്റം കുടിച്ചും മലക്കം മറിഞ്ഞും നടക്കുന്നവനെന്ത് കഥയെന്ന് നാട്ടാര് മൂക്കത്ത് വിരൽവെച്ചു. പെറ്റിട്ട അന്ന് തള്ള ചത്ത താണ്. തള്ളേക്കൊല്ലിയെന്ന പേര് വാലുപോലെ കൂടെയുണ്ട്.

കടലിൽ മീൻപിടിക്കാൻ പോണത് ദുഃഖങ്ങൾ ആരും അറിയാതി രിക്കാൻ വേണ്ടിയാണ്. ആളുകളുടെ മുന്നിൽ താന്തോന്നിയായിക്കോട്ടെ. അതൊരന്തസ്സാ...... മനസ്സ് കഴുകി ശുദ്ധമാക്കാൻ കടൽവെള്ളം മതിയെ ന്നവനും കരുതി. ദുഃഖങ്ങളെല്ലാം കഴുകിക്കളയാൻ കടലോളം വെള്ളം മതിയാവില്ലെടാ മോനേ... എന്ന് സാറത്തള്ള കലമ്പിപ്പറഞ്ഞിരുന്നത് പിലാത്തോസ് ഇടയ്ക്ക് ഓർത്തെടുക്കാറുണ്ട്. ഒറ്റത്തടിയായിട്ട് കഴിയു ന്നോനെന്നാ ദുഃഖമാന്ന് കേക്കുന്നോര് പഴിപറയും. എങ്കിലും ചുണ്ടുപിളു ത്തിക്കരഞ്ഞ കുഞ്ഞിന്റെ അണ്ണാക്കിൽ ഒരു തുള്ളി മുലപ്പാലുപോലും ചുരത്തിത്തരാത്ത തള്ളയുടെ മകനെന്ന മഹാഭാരത്താൽ അവന്റെ തല എപ്പോഴും താഴ്ന്നുപോവാറുണ്ട്.

എന്നുതൊട്ടാണ് ഉൾക്കടലിൽ പോയി ഒരു വമ്പൻ സ്രാവിനെയും കൊണ്ട് വരണമെന്ന ഉൽക്കടമായ മോഹം അവനിലുദിച്ചതെന്നറിയാ മ്മേല. തന്തയില്ലാത്തവനെന്ന് ലോകം മുഴുവൻ പറയുമെങ്കിലും അവനെ ജനിപ്പിച്ച ഒരു തന്തയുണ്ടാവുമല്ലോ. ചോദിക്കാനാവുംമുന്നെ തള്ള ചത്തും പോയില്ലേ. ആരോരുമില്ലാത്തവന് ഉലകമേ തറവാട്. എന്തിനായിട്ടിങ്ങ നെയൊരു ജന്മമെന്ന് നാഴികയ്ക്ക് നാല്പതുവട്ടം തന്നോടുതന്നെ

ചോദിക്കാറുണ്ട്. ഭൂമിയിലേക്ക് തള്ളിവിട്ട് പൊയ്ക്കളഞ്ഞില്ലേ എന്ന് പരിഭവപ്പെടാറുമുണ്ട്. ഇപ്പോ മുകളിലാകാശം താഴെ ഭൂമി. ഏതെങ്കിലുമൊരുത്തിയെ കൂടെ കെട്ടിക്കൂട്ടാമെന്നു വെച്ചാൽ ഇങ്ങനെയൊരുത്തന്റെ കൂടെ പൊറുക്കാൻ പെണ്ണൊരുത്തി തയ്യാറാവണ്ടേ?

കാക്കയുണരും മുന്നെ പിലാത്തോസ് അരയിലൊരു കൈലിയും ചുറ്റി തോണിതുഴഞ്ഞ് കടലീപ്പോവും. പോക്കുകണ്ടാൽ ആരും പ്രാകിപ്പോകും. വല്ലാത്തൊരു കുരിപ്പെന്ന്. വൈകിട്ട് തിരിച്ചുവരുമ്പോൾ വല്ല ചാളയോ നെത്തോലിയോ കാണും വലയില്. അതാർക്കെങ്കിലും കിട്ടുന്ന വിലയ്ക്ക് കൊടുത്ത് ഷാപ്പിൽ പോയി കള്ളും ബോട്ടിവരട്ടിയതും കഴിച്ച് പുരയിൽച്ചെന്ന് കിടന്നുറങ്ങും. പുരയെന്നൊന്നും പറയാൻ പറ്റുകേല. ഓല ചായ്ച്ചുകെട്ടിയ ഒരു ചായ്പ്പ്. അത്രയേ ഉള്ളൂ. ഉള്ളിലൊരു ചാരം മൂടിയ അടുപ്പും ഒരു റാന്തൽ വിളക്കും നാല് കീറച്ചാക്കുകളുമുണ്ട്. രണ്ടെണ്ണം കിടക്കാനും രണ്ടെണ്ണം പുതയ്ക്കാനും.

അവറാച്ചന്റെ പലചരക്കു കടേന്ന് ഒന്നിന് ഒരു രൂപവെച്ച് വാങ്ങിയതാണ്. ആരും വിചാരിക്കും ഇവന് സ്വന്തമായി തോണിയൊക്കെയുണ്ടോ എന്ന്. അത് ഒരു കഥയാണ്.

തുറയിലെ മുതലാളിയായിരുന്നു വാറ്റുകാരൻ ജോണീടപ്പൻ ലാസറ്. ലാസറിന്റെ പണിയാളക്കൂട്ടത്തിൽ പെട്ടതായിരുന്നു പിലാത്തോസിന്റെ ചത്തുപോയ തള്ള ഏലിയാമ്മ. ചേടത്തിക്ക് കെട്ട്യോനൊന്നും ഇല്ലെന്നും വടക്കുന്നു വന്ന ഒരു മാപ്പിള ചതിച്ചതാണെന്നൊക്കെയാണ് കേട്ടിട്ടുള്ളത്. ഒരു ചായ്പ്പിലായിരുന്നു ഏലിയാമ്മയുടെ താമസം. അങ്ങനെയിങ്ങനെയൊന്നും പേരുദോഷം കേപ്പിക്കാത്തവളായിരുന്നു ഏലിയാമ്മ.. പിന്നെങ്ങനെയിതൊക്കെ സംഭവിച്ചു എന്നറിയാമ്മേല.

ഉറക്കംവരാത്ത ചില രാത്രികളിൽ ലാസർ ചുരുട്ടും കത്തിച്ച് പുറത്തിറങ്ങും. രാത്രിയിൽ ആകാശത്തിനും ഭൂമിക്കും എന്തൊരു ചന്തമാണെന്നറിയാമോ.... പകൽ മൂടിക്കെട്ടിവെച്ചതെല്ലാം രാത്രി പുറത്തെടുത്ത് ആസ്വദിക്കും. എല്ലാ സത്യങ്ങളും നുണകളെ നോക്കി കൊഞ്ഞനം കുത്തുന്നത് രാത്രിയിലാണ്.. ലാസർ തലയിൽക്കെട്ടിയ തോർത്തെടുത്തൊന്ന് കുടഞ്ഞു. മുകളിലേക്ക് നോക്കി. മുല്ല പൂത്തതുപോലെ ആകാശം നിറയെ നക്ഷത്രങ്ങൾ.. തൊട്ടടുത്തുള്ള ഇലഞ്ഞിമരത്തിൽനിന്ന് പരന്ന സുഗന്ധവും ചുരുട്ടിന്റെ വീര്യവും ലാസറിനെ സുഖാലസ്യത്തിലാക്കി. അയാൾ എങ്ങോട്ടെന്നില്ലാതെ നടന്നു. ഇരുട്ടിൽ ഒരു രൂപം കടൽക്കര ലക്ഷ്യമാക്കി നടക്കുന്നതയാൾ കണ്ടു. മാറിലെന്തോ കെട്ടിവെച്ചിരിക്കുന്നതായി തോന്നി. അതൊരു സ്ത്രീരൂപമാണല്ലോയെന്ന് അയാൾക്ക് ഉള്ളിലൊരാന്തൽ വന്നു. അവളെന്തു ഭാവിച്ചായിരിക്കും എന്ന് സന്ദേഹിച്ച് പുറകെ നടന്നു. പെട്ടെന്നവൾ കടലിലേക്ക് എടുത്തുചാടി. ലാസർ അല്പമൊന്ന് സംഭ്രമിച്ചു. ആലോചിച്ചുനില്ക്കാൻ സമയമില്ലെന്നോർത്തയാൾ കടലിലേക്ക് ചാടി. തിരമാലകൾക്കിടയിൽ മുങ്ങിയും പൊങ്ങിയും കിടക്കുന്ന ആ ഉടലിന്റെ തലമുടിയിൽ ഒരു തുഴക്കാരന്റെ

വഴക്കത്തോടെ പിടിച്ചുവലിച്ച് ഒരുവിധം നീന്തി കരയ്ക്കെത്തിച്ചു. മാറിൽ കെട്ടിവെച്ചത് ഒരു ചോരക്കുഞ്ഞിനെയാണെന്ന് കണ്ട ലാസർ തള്ളയെയും കുഞ്ഞിനെയും വേർപെടുത്തി. അത് ഏലിയാമ്മയാണെന്നയാൾ ഭയപ്പാടോടെ മനസ്സിലാക്കി. മണലിൽ കിടത്തിയപ്പോഴേക്കും അവൾ അവസാന ശ്വാസം വലിച്ചിരുന്നു. കുഞ്ഞിന് ജീവനുണ്ടെന്ന് കണ്ട ലാസർ അതിനെ സാറത്തള്ളയുടെ കൈയിലെത്തിച്ചു. സാറയാണ് പിന്നീടാക്കുഞ്ഞിനെ വളർത്തിയതും പിലാത്തോസ് എന്ന പേരിട്ടതുമെല്ലാം. ചെറുക്കന് പ്രായപൂർത്തിയായപ്പോഴേക്കും സാറ അന്ത്യശ്വാസം വലിച്ചു. ലാസറിന് ജീവനുള്ള കാലത്തോളം അയാളുടെ വീട്ടിൽ എപ്പൊചെന്നാലും പിലാത്തോസിന് അന്നത്തിന് മുട്ടില്ലായിരുന്നു. വടക്കേപ്പുറത്തെ തിണ്ണയിൽ അവനായി ഒരു ഇലയുണ്ടാവും.

ലാസറിന്റെ തോണിയിൽ ഉൾക്കടലിൽ ചെന്ന് മീൻപിടിക്കാൻ പോയിത്തുടങ്ങിയത് അങ്ങനെയാണ്. അയാളും ചത്തേപ്പിന്നെ പിലാത്തോസിന് ഈ ഭൂമിയിൽ സ്വന്തമെന്നുപറയാൻ ആരുമില്ലാത്തവനായി. ആരോരുമില്ലാത്തവന് ഒരുമാതിരി വല്ലാത്ത ധൈര്യമാണ്. ചീത്തപ്പേര് ഒഴിവാക്കാനായിട്ടായിരിക്കും ഏലിയാമ്മ കടലീച്ചാടി ജീവനൊടുക്കിയത്.

'എന്റെ ദൂതൻ നിങ്ങളുടെ കൂടെയുണ്ട്. അവൻ നിങ്ങളുടെ ജീവൻ കാത്തുസൂക്ഷിക്കുന്നു.' എന്ന ബൈബിൾ വചനം അവളെ പ്രലോഭിപ്പിച്ചിരുന്നുവോ! അല്ലേലും എങ്ങനെയാണാ കുഞ്ഞുമാത്രം തള്ളിയലയ്ക്കുന്ന തിരമാലക്കൂട്ടത്തിൽ നിന്ന് രക്ഷപ്പെട്ടത്!

സൈദ്ധാന്തികമായി ഒരു മനുഷ്യൻ എന്നും തനിച്ചല്ലേ! സ്വന്തം മനസ്സിലേക്ക് കേന്ദ്രീകരിച്ച് ചിന്തിക്കുമ്പോൾ ആത്മസാക്ഷാൽക്കാരം അഥവാ ആത്മസംതൃപ്തിയല്ലേ ഒരു മനുഷ്യനെ നയിക്കുന്നത്. സ്വയം തൃപ്തിപ്പെടുത്തൽ യഥാർത്ഥത്തിൽ സ്വാർത്ഥതയല്ലേ. സ്വന്തം ആനന്ദത്തിനുവേണ്ടി മറ്റുള്ളവർ നമ്മുടെ കൂടെനില്ക്കുക എന്നതാണ് ഓരോരുത്തരും ആഗ്രഹിക്കുന്നത്. ആനന്ദം ലഭിക്കാനുള്ള സാഹചര്യങ്ങൾ സ്വയം കണ്ടെത്തുന്നവനാണ് സമർത്ഥൻ. അവനെ സമൂഹം നൊസ്സനെന്നോ ഒന്നിനും. കൊള്ളാത്തവനെന്നോ ഒക്കെയാവും കുറ്റപ്പെടുത്തുന്നത്. പിലാത്തോസ് അങ്ങനൊരുത്തനായിരുന്നു എന്നതാണ് സത്യം. ഗുണദോഷിച്ച് വളർത്താൻ തള്ളയില്ലാത്തതാണോ കാരണം എന്നറിയാമ്മേല. ആഴക്കടലിലേക്ക് തുഴഞ്ഞുതുഴഞ്ഞു പോയി പാഞ്ഞടുക്കുന്ന തിരമാലകളിൽപ്പെട്ട് മുങ്ങിയും പൊങ്ങിയും ലക്ഷ്യമില്ലാതെയങ്ങനെ തോണിക്കയ്യിലിരിക്കുമ്പോൾ എന്തെന്നില്ലാത്ത ഉന്മാദമായിരിക്കുമവന്.

നല്ല മഴക്കോളുണ്ട്. ആകാശം കറുത്തിരുണ്ടിരിക്കുന്നു. തിരമാലകൾക്ക് അന്ന് പതിവിലേറെ ഉയരക്കൂടുതലുണ്ട്. കടൽത്തീരത്ത് ആരെയും കാണുന്നില്ല. പിലാത്തോസ് അകാരണമായ ആഹ്ലാദംകൊണ്ട് വീർപ്പുമുട്ടി. അവൻ തോണി ഉന്തിത്തള്ളി കടലിലേക്കിറക്കി. കറുത്തിരുണ്ട മേഘങ്ങൾ ഇപ്പോൾ പെയ്യുമെന്ന രീതിയിൽ തൂങ്ങി നില്ക്കുകയാണ്. ചക്രവാളമേത് ആകാശമേത് എന്നൊന്നും തിരിച്ചറിയുന്നില്ല.

എന്നും അന്തിയാവുമ്പോൾ കുരിശുപടിയിൽ മെഴുകുതിരി കത്തിച്ച് സാറാത്തള്ള ഒടേതമ്പുരാനോട് മുട്ടിപ്പായി പ്രാർത്ഥിച്ചിരുന്നത് ചെക്കന് നല്ലത് വരുത്താനായിരുന്നു.

'എന്നാൽ ദൈവത്തിൽ ആശ്രയിക്കുന്നവർ വീണ്ടും ശക്തി പ്രാപിക്കും. അവർ പരുന്തിനെപ്പോലെ ചിറകടിച്ചുയരും. അവർ ഓടിയാലും ക്ഷീണിക്കുകയില്ല. നടന്നാൽ തളരുകയുമില്ല.' പിലാത്തോസ് ദൈവത്തിന്റെ സന്തതിയാണെന്നവർ കഠിനമായി വിശ്വസിച്ചുപോന്നിരുന്നു. ആ ഒരു ധൈര്യം അവനുമുണ്ടായിരുന്നു എന്നതാണ് നേര്.

ഷർട്ടിന്റെ കൈകൾ ചുരുട്ടിവെച്ച് പാറിക്കിടക്കുന്ന ഇടതൂർന്ന മുടി ഒരു കൈകൊണ്ട് വകഞ്ഞുമാറ്റി ഒത്ത ഒരു യോദ്ധാവ് വാൾത്തലയിൽ പിടിമുറുക്കുന്ന ഒതുക്കത്തോടെ അവൻ തുഴ കൈയിലെടുത്തു. ഒരു പുരുഷന്റെ ആദ്യ സ്പർശനം കൊണ്ടിട്ടെന്നതുപോലെ തിരമാലകൾ വിജ്യംഭിച്ചു. എവിടെനിന്നോ സന്നിവേശിച്ച ഊർജ്ജം കൊണ്ടെന്നതുപോലെ ഉയർന്നുപൊങ്ങി..... പിന്നെ നിലം തൊട്ടു. പിന്നെയും പൊങ്ങിയും താഴ്ന്നും വികാരത്തിന്റെ വേലിയേറ്റത്തിൽ ആറാടി. വൈദഗ്ദ്ധ്യമുള്ള തുഴക്കാരനെപ്പോലെ ആർത്തലച്ചുവരുന്ന പെണ്ണിനെ ഒതുക്കുന്ന കൈമെയ് വഴക്കത്തോടെ അവൻ ആഞ്ഞാഞ്ഞ് തുഴഞ്ഞു. തിരകൾ ഉച്ചസ്ഥായിയിലാവുകയാണ്. കാറ്റും കോളും പിലാത്തോസിന്റെ തുഴയും അവയെ ഉന്മാദാവസ്ഥയിലേക്ക് എടുത്തെറിഞ്ഞു. ലഹരി കേറിയതുപോലെ അവൻ ശക്തിയായിത്തുഴഞ്ഞു. മുടിയിഴകളിലെ കെട്ടുകൾ വേർപെടുത്തുന്നതുപോലെ വലക്കണ്ണികൾ വേർപെടുത്തി വീശിയെറിഞ്ഞു. ഭാരമുള്ളതെന്തോ തടഞ്ഞതുപോലെ പിലാത്തോസിന് തോന്നി. ഏറെ പണിപ്പെട്ട് വല വലിച്ചുകയറ്റി തോണിയിലിട്ട് കരയിലേക്ക് തുഴഞ്ഞു. വല ഒന്നാകെ കരയിലേക്ക് വലിച്ചിട്ട് കണ്ണികൾ വേർപെടുത്തി. അതൊരു സ്ത്രീ ശരീരമാണല്ലോയെന്നറിഞ്ഞ പിലാത്തോസ് വല്ലാത്തൊരു ഭയപ്പാടോടെ കറുത്തിരുണ്ട് ഇപ്പോ പെയ്യും എന്ന മട്ടിലുള്ള ആകാശത്തോട്ട് കണ്ണുകൾ പായിച്ചു. എന്തിനെന്നറിയാതെ പിലാത്തോസിന്റെ തൊണ്ടക്കുഴിയിൽ ഒരു കരച്ചിൽ തിക്കിത്തിരക്കി വന്നു. പെറ്റിട്ട ഉടനെ ചുണ്ടുകൾ പിളർത്തി മുലക്കണ്ണ് തിരഞ്ഞ ഒരു കുഞ്ഞിന്റെ കരച്ചിലായിരുന്നു അത്. ഓരോ ആത്മഹത്യയും ഓരോ കഥയുടെ അവസാനമോ മറ്റൊരു കഥയുടെ തുടർച്ചയോ ആവാം. പായൽക്കെട്ടിൽ കുടുങ്ങിയ ശരീരംപോലെ പിലാത്തോസിന്റെ മനവും കെട്ടുകുരുങ്ങി. ആരോ എന്തോ എന്നൊന്നും അറിയില്ലെങ്കിലും അവൻ മണൽപരപ്പിൽ ആ ശവത്തിനരികെയിരുന്ന് കുടൽമാലകൾ പോലും പുറത്തുവരുന്നതുപോലെ പൊട്ടിക്കരഞ്ഞു. അത് ചക്രവാളം പോലും കിടുങ്ങുന്നൊരാർത്ത നാദമായി. നിസ്സഹായതയുടെയോ അപകർഷതാബോധത്തിന്റെയോ ഒക്കെ ഒരു സ്ഫോടനമായിരുന്നു ആ രോദനം. തളർച്ചയുടെയും ബോധമില്ലായ്മയുടെയും ഏതോ ഒരു കയത്തിൽ പിലാത്തോസിന്റെ ചുണ്ടുകൾ ആ ഉടലിന്റെ മുലക്കണ്ണുകൾ പരതാൻ തുടങ്ങി. മരത്തടിയോളം കനം

വെക്കാൻ തുടങ്ങിയ ശരീരത്തിൽ എഴുന്നുനില്ക്കുന്ന മുലക്കണ്ണുകൾ അവൻ വായിലിട്ട് നുണഞ്ഞു. അമ്മയെന്ന പ്രപഞ്ച സത്യത്തിലെ അമൃത മാധുര്യം അബോധ മനസ്സിൽ അവനറിഞ്ഞു. ആ രണ്ടു മുലക്കണ്ണുകളും കറുത്ത ചുണ്ടുകളിലമർന്നു.

"പിടിയെടാ അവനെ."

"ശവത്തെപ്പോലും വെറുതെവിടാത്ത ആ തെണ്ടിയെ." ഏതോ ഒരു തുരങ്കത്തിന്റെ മറുവശത്ത് നിന്നെന്നതുപോലെ അവനാ ആക്രോശം കേട്ടു. "എങ്ങനെ നന്നാവാനാ. തള്ളയെക്കൊല്ലിയല്ലേ! പെണ്ണിനോട് കാമംമാത്രം തോന്നുന്ന പരനാറി! അടിച്ച് കൊല്ലെടാ അവനെ." ആൾക്കൂട്ടത്തിന്റെ വരവ് അവന്റെ ഇരുചെവികളിലും മുഴങ്ങി. പുറത്ത് തുരുതുരാ ഇടിയും അടിയും പതിച്ചിട്ടും പിലാത്തോസ് എഴുന്നേറ്റില്ല. കണ്ണീരിൽ നനഞ്ഞ മുഖം അതിതീവ്ര വേദനയോടെ ഇരുമുലകൾക്കുമിടയിൽ വച്ചവൻ വാവിട്ട് കരഞ്ഞു. ദ്രവിക്കാൻ തുടങ്ങിയ ശരീരഭാഗങ്ങളിലെ പുഴുക്കൾ അവന്റെ മുഖത്തും നെഞ്ചത്തും അരിച്ചരിച്ച് നടന്നു.

"മതിയെടാ... ചത്തുകാണും നിർത്ത്."

ജനം പിരിഞ്ഞുപോയി. എന്നോ ചത്തുപോയ തള്ളയേയും ജനിപ്പിച്ച തന്തയെയും ഓർത്ത് പിലാത്തോസ് ഉരുകിയൊലിച്ചു. ഉള്ളു മുഴുവൻ കലങ്ങിയ പിലാത്തോസിന്റെ അടിവയറ്റിൽ നിന്ന് എന്തോ ഉരുണ്ടു കേറി. കടവായിലൂടെ രക്തം ഒഴുകിയിറങ്ങി. അനന്തരം വിദൂരതയിൽനിന്ന് കടൽ നെടുകെ പിളർന്നെന്നതുപോലെ കർത്താവ് അവന് പ്രത്യക്ഷനായി അരുളിച്ചെയ്തു.

"എനിക്ക് നിന്നോടുള്ള സ്നേഹം അനന്തമാണ്. നിന്നോടുള്ള വിശ്വസ്തത അചഞ്ചലവും." കലി തുള്ളിയ തിരമാലകളെ അടക്കി നിർത്താനെന്നവണ്ണം ആകാശം വലിയ തുള്ളികളായി കടലിൽ നിപതിക്കാനാരംഭിച്ചു.. മണൽത്തരികളെ കുത്തിയൊഴുക്കി ജന്മാന്തര ബന്ധങ്ങൾക്ക് പാതയൊരുക്കാൻ ആരുടെയൊക്കെയോ നിയോഗംപോലെ പ്രകൃതിയും കൂടെച്ചേർന്നു.

അയനം

"അച്ഛാ ഇനി പാപ്പിത്തത്തമ്മക്കും ടോണിക്കും ഒപ്പം കളിക്കാൻ സ്കൂൾ അടയ്ക്കുമ്പോൾ വീണ്ടും ഞങ്ങളെ ഇങ്ങോട്ട് കൊണ്ടുവരുമോ? അപ്പോഴേക്കും അച്ഛനുമമ്മയും ഞങ്ങളെ മറക്കുമോ? അവിടെ തത്തയും പട്ടിയും പൂച്ചയും ഒന്നുമില്ല. അച്ഛനുമില്ല അമ്മയുമില്ല." മീനൂട്ടി ചിണുങ്ങി.

ഈശ്വരാ ഞാനെന്താ ഈ കുഞ്ഞിനോട് പറയേണ്ടത്? ഉള്ളു പിടയുന്നത് നിയന്ത്രിക്കാനായില്ല. കണ്ണ് നിറഞ്ഞത് തുടച്ചുകളഞ്ഞു. "അച്ഛൻ കരേണ്ട... മീനൂട്ടി വെറുതെ പറഞ്ഞതാട്ടോ..." അവളെ നെഞ്ചോട് ചേർത്തുപിടിച്ചു.

വെക്കേഷൻ തീരാറായി. രണ്ടു മാസം എങ്ങനെ പോയെന്ന് ഒരു തിട്ടവുമില്ല. കുട്ടികളില്ലാത്ത തങ്ങൾക്ക് സ്വർഗ്ഗീയാനുഭൂതിയായിരുന്നു ഈ രണ്ടു മാസം മീനുവും കണ്ണനും തന്നത്. അവർ അനാഥാലയത്തിലെ കുട്ടികളാണ്. വെക്കേഷൻ ഫോസ്റ്റർ കെയറിങ് എന്ന പരസ്യം കണ്ടു സമീപിച്ചതായിരുന്നു അവരെ. ഒരു കുഞ്ഞിക്കാല് കാണാൻ കഴിയാതെ മനസ്സ് മരവിച്ചുപോയിരുന്നു രവിക്കും ലതയ്ക്കും. ദത്തെടുക്കൽ ഇക്കാലത്ത് നിയമപരമായി പ്രയാസകരമാണെന്ന വസ്തുത മനസ്സിലാക്കിത്തന്നെയാണ് അവധിക്കാല പോറ്റിവളർത്തൽ തീരുമാനിച്ചത്. ഇരുണ്ട ഇടനാഴികളിൽ മനസ്സ് പണയംവെച്ച കുരുന്നുകൾക്ക് വെളിച്ചത്തിന്റെ പാലാഴിതന്നെ തുറന്നുകിട്ടുന്ന അവസരം. കൂട്ടത്തിൽ കുറച്ചുകാലത്തേക്കെങ്കിലും അവരുടെ അച്ഛനുമമ്മയും ആവുക... അങ്ങനെയൊരാഗ്രഹം മൂത്തപ്പോഴാണ് രവിയും ലതയും ജില്ലാ ബാലസംരക്ഷണയൂണിറ്റിൽ വിളിച്ച് ഇങ്ങനെയൊരു സാഹസത്തിനു മുതിർന്നത്.

ഇന്നലെ തുടങ്ങിയിട്ടുണ്ട് ലതയുടെ മുഖത്തൊരു വാട്ടം. രവി ശ്രദ്ധിച്ചു. കരഞ്ഞുവീർത്ത കണ്ണുകൾ.

"രവിയേട്ടാ ഇന്ന് കുഞ്ഞുങ്ങളെയുംകൊണ്ട് നമുക്ക് പാർക്കിലും ബീച്ചിലുമൊന്നും പോണ്ട. ഇവിടെത്തന്നെ ചെലവഴിക്കാം കുഞ്ഞുങ്ങൾക്കൊത്ത്."

രവി മുറ്റത്തേക്ക് നോക്കി. മുല്ല നിറയെ പൂക്കളാൽ മൂടി നാണം കുണുങ്ങി നില്ക്കുന്നു. കുറെ ദിവസമായി പറമ്പിലൊന്നിറങ്ങിയിട്ട്.

"ലതേ ആ മൺവെട്ടിയൊന്നിങ്ങെടുക്ക്."

"ഇന്നിനി രവിയേട്ടൻ എന്തിനുള്ള പുറപ്പാടാണ്? കണ്ണനും മീനൂനും ഇഷ്ടമുള്ള ഫ്രൈഡ്റൈസും ചിക്കനും ഉണ്ടാക്കാനുള്ള തയ്യാറെടുപ്പിലാണ് ഞാൻ. അവരെ ഇന്ന് വയറുനിറച്ച് ഊട്ടണം. ഇനിയെന്നാണാവോ ഇങ്ങനെയൊരു വസന്തം എത്തിനോക്കുന്നത്?"

"ഞാനാ ജാതിക്കൊക്കെ ഒന്ന് തടമിടട്ടെ. കുറെദിവസമായി ഒന്നിറങ്ങിയിട്ട്. നീ ഭക്ഷണം റെഡിയാക്ക്." രവി തൊടിയിലേക്കിറങ്ങി.

കുറച്ച് ജാതിത്തൈകൾ വാടിത്തുടങ്ങിയിരുന്നു. കവുങ്ങുകൾ നിറയെ പഴുത്തുവീഴാറായ അടയ്ക്കയാണ്. നാളെത്തന്നെ നാണപ്പനെ വിളിച്ച് അതൊക്കെ ഇറക്കണം. എന്താണാവോ ഇന്ന് ജോലി ചെയ്യാൻ ഉഷാറൊന്നും തോന്നുന്നില്ല. കുട്ടികളെ ഇന്ന് വൈകുന്നേരം ബാലഭവനിൽ വിടണമല്ലോ എന്ന ചിന്തയാണ് മനസ്സിൽ. മനസ്സ് പൊരുത്തപ്പെടുന്നില്ല. ഈ രണ്ടു മാസവും അവരായിരുന്നു ഈ വീടിന്റെ സന്തോഷം. അകത്തുനിന്നു ലതയുടെ ശബ്ദമൊന്നും കേൾക്കുന്നില്ല. അവളാകെ തകർന്ന മട്ടാണ്. ഇന്നലെ കുഞ്ഞുങ്ങൾ ഉറങ്ങിയതിനുശേഷം അവൾ ഏങ്ങലടിച്ച് കരയുകയായിരുന്നു. കണ്ണൻ ഇന്നലെ പറഞ്ഞത്രേ അമ്മേ ഞങ്ങളെ അങ്ങോട്ട് തിരിച്ച് വിടല്ലേ എന്ന്.

"രവിയേട്ടാ നമുക്ക് കോടതിവഴി അവരെ സ്വന്തമായി കിട്ടാൻ ശ്രമിച്ചാലോ?" വലിയ പ്രതീക്ഷയൊന്നും മനസ്സിൽ തോന്നിയില്ലെങ്കിലും ഞാൻ അവളെ സമാധാനിപ്പിക്കാൻ വെറുതെ സമ്മതം മൂളി.

കുട്ടികളുടെ ശബ്ദമൊന്നും കേൾക്കുന്നില്ലല്ലോ. അയാൾക്കെന്തോ ഒരു ഉന്മേഷക്കുറവ് തോന്നി. മൺവെട്ടി താഴെയിട്ട് അയാൾ ഉമ്മറത്തേക്ക് വന്നുനോക്കി. കുട്ടികൾ ഇവിടെ ഊഞ്ഞാലാടിക്കൊണ്ടിരിക്കുകയായിരുന്നല്ലോ. അവർ വീട്ടിൽ വന്നതിന്റെ പിറ്റേന്നാണ് മുറ്റത്തെ മാവിൻകൊമ്പിൽ താൻ അവർക്ക് ഊഞ്ഞാലിട്ടുകൊടുത്തത്.

"ലതേ... കുട്ടികളെവിടെ?" എന്തൊക്കെയാണ് ഇപ്പോൾ പത്രത്തിൽ വായിക്കാറുള്ളത്. കുട്ടികൾക്ക് നേരെയുള്ള ക്രൂരതകൾ. അയാളുടെ ഉള്ളൊന്നു കാളി. ഇവരെവിടെപ്പോയി?

തൊട്ടടുത്ത വീട്ടിലെ വർഗ്ഗീസ് ചേട്ടൻ സിറ്റൗട്ടിൽത്തന്നെ ഇരിക്കുന്നുണ്ട്. "കുട്ടികൾ അങ്ങോട്ട് വന്നോ അച്ചായാ?" അയാൾ വിളിച്ച് ചോദിച്ചു. അങ്ങോട്ട് താനും ലതയും അവരെ വിടാറില്ല. അയാളെന്തെങ്കിലും കുത്തിക്കുത്തി ചോദിച്ചാൽ കുട്ടികൾ വിഷമിക്കുമല്ലോ എന്ന് കരുതിയാണ്.

"ഇങ്ങോട്ട് വന്നില്ലല്ലോ മാഷെ." അയാൾ പറഞ്ഞു. ഇനിയെവിടെ തിരയണം ദൈവമേ. "അപ്പുറത്തെ കനാലിലെങ്ങാനും പോവുമോ രവി

യേട്ടാ?" ലതയാകെ തളർന്നിട്ടുണ്ട്. ഉള്ളിയും ചിക്കനും മണക്കുന്ന നൈറ്റിയിൽ കൈ തുടച്ച് അവൾ മുറ്റത്തെ ഒതുക്കുകല്ലിലിരുന്നു.

"വേഗം എന്തെങ്കിലും ചെയ്യൂ രവിയേട്ടാ. അല്ലെങ്കിൽ പൊലീസിൽ പരാതിപ്പെടൂ." അയാൾക്ക് വല്ലാത്തൊരു നിസ്സഹായത അനുഭവപ്പെട്ടു. രണ്ട് മാസത്തെ എഗ്രിമെന്റിന് വീട്ടിൽ കൊണ്ടുവന്നു നിർത്തിയതാണ് കുട്ടികളെ. അവർക്ക് എന്തെങ്കിലും അപകടം പിണഞ്ഞിട്ടുണ്ടെങ്കിൽ അയാൾക്ക് ഓർക്കാൻപോലും വയ്യ. വൈകുന്നേരം അഞ്ചുമണിക്ക് ഫോസ്റ്റർ കെയറിങ്ങിന്റെ വണ്ടിവരും കുട്ടികളെ കൊണ്ടുപോവാൻ. അതിനുമുൻപ് എന്തെങ്കിലും ചെയ്തേ തീരൂ.

"രവിയേട്ടാ ഇനിയെന്ത് ചെയ്യും? കുട്ടികളില്ലാതെ നമ്മളെന്തിന് ജീവിക്കുന്നു? ഇനി അവർക്കെന്തെങ്കിലും അപകടം പിണഞ്ഞിട്ടുണ്ടെങ്കിൽ എന്തുചെയ്യും?" അവൾ ഏങ്ങലടിക്കാൻ തുടങ്ങി. രവിക്ക് ഈ ഭൂമി പിളർന്നു താനങ്ങ് അപ്രത്യക്ഷനായെങ്കിൽ എന്ന് തോന്നി.

ഭയവും ആകുലതയും അയാളെ ഗ്രസിച്ചു. തന്റെ ജന്മത്തെ അയാൾ പഴിച്ചു. ഒരു കുഞ്ഞിനെ പരിരക്ഷിക്കാൻ തനിക്കു ത്രാണിയില്ലെന്നറിഞ്ഞു കൊണ്ടുതന്നെയാണോ ദൈവം തനിക്കാ ഭാഗ്യം നിഷേധിച്ചത്? ലത കരഞ്ഞുകരഞ്ഞു അനക്കമില്ലാതെ കിടക്കുന്നു. ആകാശം കറുത്തുവരുന്നു. പടിഞ്ഞാറൻ ചുവപ്പിനെ കറുപ്പ് വിഴുങ്ങിക്കൊണ്ടിരിക്കുകയാണ്. അകലെ കരിമ്പനക്കാടുകൾക്കിടയിലൂടെ ചൂളം വിളിച്ചെത്തിവരുന്ന കാറ്റിന്റെ ശക്തി കൂടിവരുന്നു. ദൂരെ കുറുക്കന്മാരുടെ ഓരിയിടൽ. അയാൾ ലതയെ എങ്ങനെയോ പൊക്കിയെടുത്ത് വീട്ടിനുള്ളിൽ കയറി വാതിലടച്ചു. ചെറുതായി മിന്നൽ തുടങ്ങി. മഴ ചന്നംപിന്നം പെയ്യാനും. ദൂരെ ഏതോ ഒരു ആംബുലൻസിന്റെ സൈറൺ മുഴങ്ങുന്നു. അത്യാവശ്യമായി ആരെയോ ആശുപത്രിയിൽ കൊണ്ടുപോവുകയാണെന്നു തോന്നുന്നു. മഴയ്ക്ക് ശക്തികൂടി. ഓട്ടിൻപുറത്ത് ഐസ് കട്ടകൾ വീഴുന്ന ഭീതിപ്പെടുത്തുന്ന ശബ്ദംമാത്രം കേൾക്കുന്നു.

ഫോസ്റ്റർ കെയറിങ്ങിന്റെ വണ്ടി ഇടവഴി തിരിഞ്ഞു വലിയ ഹോണടിയോടുകൂടി വീട്ടുമുറ്റത്തു വന്നുനിന്നു. കുട്ടികളെ തിരിച്ചു കൊണ്ടുപോവാനുള്ള വരവാണ്. വണ്ടി ഹോൺ മുഴക്കിക്കൊണ്ടിരുന്നു. ശക്തമായ മിന്നലിൽ ആ കൊച്ചുവീട് പ്രകമ്പനംകൊണ്ടു. അടഞ്ഞ വാതിലിന്റെ വിടവിലൂടെ ഒരു രക്തപ്പുഴ സിറ്റൗട്ടും പോർച്ചും കടന്ന് താഴെയുള്ള അഴുക്കുചാലിലേക്ക് ഒഴുകുന്നത് ആരും ശ്രദ്ധിച്ചില്ല. അസ്തമയ സൂര്യന്റെ അവസാനകിരണവും മാഞ്ഞു. രാത്രി കറുപ്പിന്റെ കരിമ്പടം പുതച്ചു. അപ്പോഴും വണ്ടി എന്തോ പ്രതീക്ഷിച്ചെന്നപോലെ സൈറൺ മുഴക്കുന്നുണ്ടായിരുന്നു.

തീപെയ്തിറങ്ങുന്ന നിലാവിന്റെ പച്ചയിലക്കാടുകൾ

ഡോ. കെ ബി ശെൽവമണി

റീന പി ജിയുടെ കഥകൾക്ക് ജീവിതത്തിന്റെ മണവും കയ്പുമുണ്ട്. ഓരോനേരവും എരിഞ്ഞുതീരുന്ന വേദനയുടെ തീയും പുകയും അതിലുണ്ട്. ഒറ്റപ്പെടുത്തിയും മാറ്റിനിർത്തിയും ജീവിതത്തിൽ കുടുങ്ങിപ്പോകുന്നവരുടെ വിഹ്വലതകൾ ആ കഥകളിൽ ലയിച്ചുകിടക്കുന്നു. മധുരമില്ലാത്തവരുടെ ശബ്ദങ്ങൾക്ക് ഹൃദയഭാഷ്യം നല്കുകയാണ് റീന. ഏതെങ്കിലുമൊരു എഴുത്തുകാരന്റെ നിഴലോ വഴിയോ റീനയിൽ പ്രകടമല്ല. ഭാഷയിലും പ്രമേയത്തിലും വേറിട്ട് നില്ക്കുന്നൊരു രീതിയാണ് റീനയിലുള്ളത്. അതുകൊണ്ടുതന്നെ ഓരോ കഥകളും നമ്മെ വിസ്മയിപ്പിക്കുകയും അമ്പരപ്പിക്കുകയും ചെയ്യുന്നു. ഭാഷയിൽ പുലർത്തുന്ന വൈവിദ്ധ്യം എടുത്തുപറയേണ്ടതാണ്. നാട്ടുഭാഷയുടെ രുചിയാണ് റീനയുടെ കഥകളെ കൂടുതൽ സമ്പുഷ്ടമാക്കുന്നത്. അകൃത്രിമമായ ഭാഷയുടെ സൗന്ദര്യം കഥയെ കൂടുതൽ പ്രകാശപൂർണ്ണമാക്കുന്നുവെന്ന് പറയാം. ചിന്ത പബ്ലിഷേഴ്സ് പ്രസിദ്ധീകരിക്കുന്ന ഇരുപത് കഥകളുള്ള *ഭായ്ബസാർ* സമകാല ജീവിതത്തോടൊപ്പം പഴയകാല ജീവിതത്തെയും തൊട്ടുണർത്തുന്നുണ്ട്. ഒന്നിനൊന്നു മെച്ചപ്പെട്ട കഥകളാണ് ഇതിലുള്ളത്. പ്രമേയത്തിലും ആഖ്യാനത്തിലുമെല്ലാം പുതുമ തേടുന്നുവെന്ന് പറയാൻ കഴിയില്ലെങ്കിലും മനുഷ്യജീവിതത്തെ തൊട്ടുനില്ക്കുന്നതിൽ കഥകൾ പൂർണ്ണമായും വിജയിച്ചുവെന്നു പറയാം. വെന്ത ദേഹത്ത് വരഞ്ഞ് മുളക് പുരട്ടി നീറ്റി നീറ്റി, തിളച്ച എണ്ണയിലിട്ട് കഴിഞ്ഞാൽ ചത്തുപോവുമെന്ന് തോന്നിയപ്പോൾ മാത്രം ജീവൻ അടർന്നു പോകുന്ന വേദന സഹിച്ച്, പാമ്പ് ഉറയുരിയുംപോലെ ആത്മാവിനെ സ്വതന്ത്രമാക്കി തിരിഞ്ഞുനോക്കാതെ മുന്നോട്ടുപോകുന്നതാണ് കഥയെന്ന് റീന എഴുതിയിട്ടുണ്ട്. ജീവൻ അടർന്നുപോകുന്ന വേദന സഹിച്ച് പുറത്തുവരുന്ന റീനയുടെ

കഥകൾ ജീവിതത്തോട് പുറംതിരിഞ്ഞു നില്ക്കുന്നില്ല; ജീവിതത്തിന്റെ അകം കാഴ്ചകളിലേക്കാണ് അവ ആളിപ്പടരുന്നത്. വായനക്കാരെ പൊള്ളിക്കാതെ ഒരു കഥയും കടന്നുപോകുന്നില്ല. റീനയുടെ എഴുത്തിൽ ഒരു നീറ്റലുണ്ട്. അത് പരമ്പരാഗത വായനാ രീതിയെ മറികടന്നു പോകുന്നു. സ്വാഭാവികമായ വായനാരീതിക്ക് പിടിച്ചെടുക്കാൻ കഴിയാത്ത വിധം ആ കഥകൾ നിവർന്നുനില്ക്കുന്നുണ്ട്.

ഗ്രാമത്തിന്റെ ദൃശ്യഭംഗി റീനയുടെ കഥകൾക്ക് അഴകായി മാറുന്നുണ്ട്. കാവ്യാത്മകമായ അവതരണമാണ് ഇവിടെ സഫലമാകുന്നത്. 'രമേശന്റെ വിശപ്പ്' എന്ന കഥയിൽ ഇത് പ്രകടമാണ്. ചരിഞ്ഞ ഭൂപ്രകൃതിയുള്ള, ഒരു മലമ്പ്രദേശത്താണ് ഈ കഥ സംഭവിക്കുന്നത്. ദൂരെ നിന്ന് നോക്കിയാൽ മലയുടെ കവിളിലും കഴുത്തിലും തൊട്ടുരുമ്മി നീങ്ങുന്ന വെളുത്ത പഞ്ഞിക്കെട്ടുകൾ പോലെയുള്ള മേഘശകലങ്ങൾ കാണാമെന്ന് റീന എഴുതുന്നുണ്ട്. ഭംഗി പെയ്തിറങ്ങുന്ന ഈ പ്രദേശത്ത്, റബ്ബർ മരങ്ങൾക്കിടയിൽ, മഞ്ഞച്ചായം തേച്ച ഒറ്റമുറി കെട്ടിടത്തിനുള്ളിൽ ഒരു വായനശാല പ്രവർത്തിക്കുന്നുണ്ട്. വായനശാലയ്ക്ക് മുന്നിലുള്ള റോഡിന്റെ മറുപാതിയിൽ റേഷൻ കടയും പ്രവർത്തിക്കുന്നു. റേഷൻ കടയിൽ ജോലിക്ക് നില്ക്കുന്ന, വലിയ വിദ്യാഭ്യാസ യോഗ്യതയൊന്നും തോന്നാത്ത ഒരു ചെറുക്കൻ വായനശാലയിൽ പുസ്തകത്തിൽ മുഖം പൂഴ്ത്തിയിരിക്കുന്നത് ആഖ്യാതാവ് കാണുന്നുണ്ട്. ഗ്രാമത്തിലുള്ളവർ ആരും വായനശാലയിലേക്ക് വരാറില്ല. പൊടിപിടിച്ചും അഴുക്ക് പടർന്നും വായനശാലയുടെ കുറെഭാഗം നശിച്ചുപോയിട്ടുണ്ട്. ഡിജിറ്റൽ വായനയാണ് ഇതിനൊക്കെ കാരണമെന്നാണ് ലൈബ്രറിക്കാർ പറയുന്നത്. പക്ഷേ, അപ്പോഴും, വായനക്കാരനെന്ന് അനുമാനിക്കാൻ കഴിയാത്ത ഒരാൾ തന്റെ മനസ്സിന്റെ വിശപ്പകറ്റാൻ വായനശാലയിലേക്ക് വരുകയാണ്. ഈ കഥയിലേക്ക് ലോകപ്രശസ്ത എഴുത്തുകാരെയും കൃതികളെയും റീന കൊണ്ടുവരുന്നുണ്ട്. ശരീരത്തിന്റെ വിശപ്പകറ്റാൻ റേഷൻ കടയും മനസ്സിന്റെ വിശപ്പകറ്റാൻ വായനശാലയും കഥയിൽ കേന്ദ്രസ്ഥാനത്തു വരുകയാണ്. പ്രശസ്തരും അവരുടെ കൃതികളും ഈ ഭാഗത്ത് കൂടുതൽ പ്രകാശം പരത്തുന്നു. ഗ്രാമത്തിന്റെ വിളക്കുകളായിരുന്ന വായനശാലയും റേഷൻകടയും ഉരുൾപ്പൊട്ടലിൽ കുത്തിയൊലിച്ചു പോകുന്നുണ്ട്. കല്ലുകളുടെയും ചെളിയുടെയും കുമ്പാരത്തിനിടയിൽ അലമാരയിൽ അള്ളിപ്പിടിച്ചുകൊണ്ട് ഒരു ചെക്കന്റെ മൃതദേഹവും അവിടെ ഉണ്ടായിരുന്നതായി എഴുതിക്കൊണ്ടാണ് റീന കഥ അവസാനിപ്പിക്കുന്നത്. ദൃശ്യഭംഗിയിൽ തുടങ്ങിയ കഥ അവസാനിക്കുന്നത് രമേശന്റെ മൃതദേഹത്തിന്റെ സൂചനയോടുകൂടിയാണ്. എല്ലാ കഥകളിലും റീന ഒരു ദുരന്തത്തെ ഒളിപ്പിച്ചുവെച്ചിട്ടുണ്ട്.

സംഘർഷവും പ്രതികാരവും ലയിച്ചുകിടക്കുന്ന കഥയാണ് 'മൃഗവേട്ട.' 'രമേശന്റെ വിശപ്പ്' എന്ന കഥ ഗ്രാമത്തിലാണ് നടക്കുന്നതെങ്കിൽ 'മൃഗവേട്ട' കൊടുംകാട്ടിനുള്ളിലാണ് നടക്കുന്നത്. മ്ലാനമായ ഹൃദയത്തെ

തൃപ്തിപ്പെടുത്താൻ എപ്പോഴും കാടുതന്നെയാണ് നല്ലതെന്ന് റീന എഴുതുന്നുണ്ട്. കാടും പെണ്ണും ഒരുപോലെയെന്നത് പണ്ടുള്ളോര് പറഞ്ഞ് കേട്ടിട്ടുണ്ട്. രണ്ടിന്റെയും സൗന്ദര്യം എത്ര ആസ്വദിച്ചാലും മതിയാവില്ല .രണ്ടിന്റെയും ഉള്ളറകൾ എത്രയായാലും തീരുകയും ഇല്ല' - ഇങ്ങനെ കാടിനെയും പെണ്ണിനെയും കൃത്യമായി വിശദമാക്കിക്കൊണ്ടാണ് കഥ മുന്നേറുന്നത്. കാട് പശ്ചാത്തലമായി വരുന്ന കഥകളിലെല്ലാം ഉള്ളതു പോലെ പെണ്ണും കാടും മദ്യപാനവും പൊലീസും മൃഗവേട്ടയും അഗമ്യ ഗമനവും ഈ കഥയിലുണ്ട്. എന്നാൽ മറ്റൊരു കഥയിലും തെളിയാത്ത ഒരന്ത്യം മൃഗവേട്ടയിലുണ്ട്. മറ്റൊരുവന്റെ കൂടെ കണ്ട ഭാര്യയെ യോഹ ന്നാൻ വെടിവെച്ചു വീഴ്ത്തുന്നില്ല. കാട് കേന്ദ്രമാകുന്ന കഥകളിലെല്ലാം തിരിച്ചാണ് പതിവ്. പക്ഷേ, ഇവിടെ അങ്ങനെയല്ല. കെട്ടിയവളെ വെടിവെച്ചുകൊന്നവന്റെ പരമ്പരയെന്ന ചീത്തപ്പേര് വരും തലമുറയ്ക്ക് വരാതിരിക്കാൻ യോഹന്നാൻ പാറയിൽ മലർന്നുകിടന്നു എന്നെഴു തിക്കൊണ്ടാണ് റീന കഥ അവസാനിപ്പിക്കുന്നത്.

നമ്മുടെ തെരുവുകളൊക്കെ ഭയാനകമായ നിശ്ചലതയിൽ അമർ ന്നിരിക്കുകയാണെന്ന് 'കർഫ്യു' എന്ന കഥയിൽ റീന എഴുതുന്നുണ്ട്. സമകാല സമൂഹം നേരിടുന്ന വിപത്തുകളെയാണ് ഈ വരികൾ ഓർമ്മി പ്പിക്കുന്നത്. ഭയാനകമായ നിശ്ശബ്ദത ഭരണകൂടം നിർമ്മിക്കുകയാണ്. അത്ഭുതപ്പെട്ടും അമ്പരന്നും ഓരോ മനുഷ്യരും നിശ്ചലരാകുകയാണ്. ഭയം വിതറുന്ന സംഭവങ്ങളും നിയമങ്ങളും പ്രസ്താവനകളും നിരന്തരം ഉണ്ടാകുന്നു. പൗരത്വബിൽ ഭയത്തിന്റെ ഉച്ചകോടിയിലേക്കാണ് നമ്മെ എത്തിച്ചത്.' നിങ്ങൾ ഏത് രാജ്യക്കാരനാണ് എന്ന ചോദ്യം നിരവധി പേരെ ഉലച്ചുകളഞ്ഞു. രേഖകളില്ലാത്തവർ രാജ്യം വിടണമെന്ന അന്ത്യ ശാസന കരൾ പിളർക്കുംപോലെ വന്നുപതിച്ചു. ഈ കഥയിൽ ഭോലാറാം അനുഭവിക്കുന്ന തീവ്രവേദന എത്രയോ പേരുടെ ഉള്ളിലൂടെ കടന്നുപോ യതാണ്. താൻ ബംഗ്ലാദേശുകാരനാണോ ഇന്ത്യക്കാരനാണോ എന്ന ചോദ്യം അയാളെ അലട്ടിക്കൊണ്ടിരുന്നു. അവസാനം പൗരത്വം തെളിയി ക്കേണ്ടതില്ലാത്ത രാജ്യത്തിലേക്ക് അയാൾ കടന്നു പോകുന്നതോടെ യാണ് കർഫ്യു അവസാനിക്കുന്നത്. ഭരണകൂടം നല്കുന്ന നിയമങ്ങളും അന്ത്യശാസനകളും മനുഷ്യജീവിതത്തെ നിശ്ചലമാക്കുകയാണ്

കുടൽമാലകൾ പുറത്തുവരുന്നതുപോലെ പൊട്ടിക്കരയുന്ന പിലാത്തോസിന്റെ കഥയാണ് 'കടൽക്കോള്.' ജന്മംമുതൽ സംഘർഷഭ രിതമായ ജീവിതത്തോടൊപ്പമായിരുന്നു അയാളുടെ യാത്ര. കടലിൽ മീൻ പിടിക്കാൻ പോകുന്നത് ദുഃഖങ്ങൾ ആരും അറിയാതിരിക്കാനാണെന്നും മനസ്സ് കഴുകി ശുദ്ധമാക്കാൻ കടൽവെള്ളം മതിയെന്നും അയാൾ കരുതുന്നു. ഓല ചായ്ച്ച് കെട്ടിയ ചായ്പ്പിൽ, കീറച്ചാക്കുകൾക്ക് മീതെ റാന്തൽ വിളക്കിന്റെ വെട്ടത്തിലാണ് അയാളുടെ ഉറക്കം. പിലാത്തോ സിന്റെ ഉള്ളുനിറയെ ഒരു പിടച്ചിലുണ്ടായിരുന്നു. ആരും കേൾക്കാതെ ആരും അറിയാതെ അയാളതിനെ ഉള്ളിലൊതുക്കി. മാറിൽ കുഞ്ഞിനെ

കെട്ടിവെച്ച് കടലിലേക്ക് ഇറങ്ങി നടന്നുപോയ അമ്മ അയാളുടെ ഉള്ളിൽ കടലായി തിളയ്ക്കുന്നുണ്ട്. കടലിലേക്ക് ഇറങ്ങിപ്പോയപ്പോൾ ഓടിവന്ന ലാസറിന് കുഞ്ഞിനെ മാത്രമേ രക്ഷിക്കാൻ കഴിഞ്ഞൊള്ളു. പിന്നീട് ലാസറിന്റെ ചുറ്റവട്ടത്തായി പിലാത്തോസിന്റെ ജീവിതം. അമ്മയെ എടുത്തു കൊണ്ടുപോയ കടൽ പിലാത്തോസിനെയും തേടിവരുന്നുണ്ട്. കടലിലേക്ക് എറിഞ്ഞ വലയിൽ ഒരു സ്ത്രീ കുടുങ്ങി. കരയ്ക്കടിപ്പിച്ച ആ കറുത്തിരുണ്ട ശരീരത്തെ നോക്കിയപ്പോൾ അയാളുടെ ഉള്ളിൽ ഒരു കരച്ചിൽ രൂപപ്പെട്ടു. പെറ്റിട്ട ഉടനെ ചുണ്ടുകൾ പിളർത്തി മുലക്കണ്ണ് തിരഞ്ഞ ഒരു കുഞ്ഞിന്റെ കരച്ചിലായിരുന്നു അത്. തളർച്ചയുടെയും ബോധമില്ലായ്മയുടെയും ഏതോ ഒരു കയത്തിൽ പിലാത്തോസിന്റെ ചുണ്ടുകൾ ആ ഉടലിലെ മുലക്കണ്ണുകൾ പരതാൻ തുടങ്ങിയതായി റീന എഴുതുന്നു.അയാളുടെ ഉള്ളിൽ അമ്മയുടെ ഓർമ്മ കടൽവെള്ളം പോലെ തികട്ടി വന്നു. പക്ഷേ, മറ്റുള്ളവർ അവനെ 'പെണ്ണിനോട് കാമം മാത്രം തോന്നുന്ന പരനാറി' എന്ന് ആക്രോശിച്ച് ആക്രമിക്കുകയായിരുന്നു. പിലാത്തോസ് എപ്പോഴും സംഘർഷത്തിന്റെ കടലിലായിരുന്നു. അവന്റെ തുടക്കവും ഒടുക്കവും കടലായിരുന്നു. മനസ്സ് കഴുകി ശുദ്ധമാക്കാൻ കടൽവെള്ളം മതിയെന്ന ചിന്ത ഈ കഥയെ കൂടുതൽ തീവ്രമാക്കുന്നു.

ഓർമ്മകളുടെ കനൽതുരുത്തിലെ ഓരോ ചീളുകളും അക്ഷരങ്ങളാക്കി മാറ്റുന്ന രസതന്ത്രം റീനയിൽ പ്രകടമാണ്. അനേകം മാനസിക പ്രക്രിയകളിലൂടെ ഉരുത്തിരിഞ്ഞുവരുന്ന സംഭവബഹുലമായ ഭാവങ്ങളുടെ ശ്രേണിയാണ് ഓരോ അക്ഷരക്കൂട്ടവുമെന്നും റീന എഴുതിയിട്ടുണ്ട്. വിചിത്രമായ മാനസിക ഭാവമുള്ളവരോട് എഴുത്തുകാരിക്ക് പ്രത്യേക ഇഷ്ടമാണ്. 'പ്രളയ ഭൂമിയിൽനിന്ന് ഗതിമാറ്റിയൊഴുകിയത് എന്ന കഥയിൽ വിചിത്ര രീതികളും ചിന്തകളും കലർന്നുവരുന്നുണ്ട്. പ്രണയത്തെക്കുറിച്ചുള്ള വിചിത്രവഴികളിലൂടെയാണ് ഈ കഥ വരുന്നത്. പ്രിയപ്പെട്ടവന്റെ മരണത്തിനുശേഷവും അവന്റെ ഉള്ളിലെ പ്രണയത്തിന്റെ അഗ്നിയെ ഉള്ളിലേക്ക് എടുക്കാൻ കൊതിക്കുന്ന കഥാപാത്രത്തെ വിചിത്രമെന്നല്ലാതെ എങ്ങനെ വിശേഷിപ്പിക്കാൻ കഴിയും. മരണത്തിനുശേഷവും അവൻ തന്റെ പ്രാണനാണെന്ന് കരുതുകയും അവന്റെ ജീവന്റെ തുടിപ്പ് തനിക്ക് വേണമെന്ന് വാശിപിടിക്കുകയും ചെയ്യുന്ന അരുന്ധതി മലയാള ഭാവനയക്ക് വേറിട്ടൊരു കഥാപാത്രമാണ്. 'വെയിൽപ്പൂക്കൾ' എന്ന കഥയിൽ പ്രണയവും ഓർമ്മയും ലയിച്ചുകിടക്കുകയാണ്. ഇരുപത്തിയാറു വർഷങ്ങൾക്കുശേഷവും പ്രണയത്തിന്റെ നനവ് വറ്റാതെ കിടക്കുന്ന ഒരു കഥാപാത്രം ഇവിടെയുണ്ട്. പ്രണയാനുഭൂതിയുടെ വെയിലും പൂക്കളും റീനയുടെ കഥകളിൽ ഒഴുകിയും വിതറിയും കിടക്കുകയാണ്.

മരണക്കിണർ അഭ്യാസിയായ മണിയന്റെ വിചിത്രമായ ജീവിതത്തെ ചിത്രീകരിച്ച കഥയാണ് കളിയാട്ടക്കാവിലെ പൊയ്ക്കോലങ്ങൾ. സ്ത്രീകൾക്ക് ആരാധനയും ഇഷ്ടവും തോന്നുന്ന പ്രകൃതവും ജീവിതവുമായിരുന്നു അയാളുടേത്. അഭ്യാസപ്രകടനത്തിന് അയാൾ

ഗ്രാമത്തിലെത്തിയാൽ കിടപ്പറയിൽ തന്റെ ഭാര്യയുണ്ടോ എന്ന് 'കെട്ട്യോൻ മാർ' പരിശോധിക്കുമായിരുന്നു. അഴകും തന്റേടവുമുള്ള ചാലിയത്തി മണിയനെ സ്വന്തമാക്കി അഹങ്കരിച്ചു. പക്ഷേ, ഒരു നാൾ തലയ്ക്കടിയേറ്റ് മണിയൻ നിലംപതിച്ചു. നഷ്ടം ചാലിയത്തിക്ക് മാത്രമായി ചുരുങ്ങി. റീന യുടെ എല്ലാ സ്ത്രീ കഥാപാത്രങ്ങളും നഷ്ടങ്ങളിലാണ് ജീവിക്കുന്നത്. നഷ്ടപ്പെടുന്നതെല്ലാം ഇവിടെ സ്ത്രീകൾക്ക് മാത്രം. വേദനയും കരച്ചിലും മാത്രമുള്ളവരായി സ്ത്രീകളെ ചിത്രീകരിക്കുകയാണ് റീന. റീനയുടെ ഈ പ്രവണതയോട് യോജിക്കാനും വിയോജിക്കാനുമുള്ള അവസരം വായനക്കാർക്കുണ്ട്. ഓരോ കഥയിലും ഇതിനുള്ള സ്പെയ്സ് എഴുത്തു കാരി നല്കുന്നുണ്ട്. ഒരു ഗ്രാമവും അവിടുത്തെ ഉത്സവും ആഘോഷവും ജീവിതരീതിയുമൊക്കെ ഭംഗിയായി അവതരിപ്പിക്കാൻ ഈ കഥയിലൂടെ റീനയ്ക്ക് കഴിഞ്ഞിട്ടുണ്ട്. അതിനെക്കാളുപരി മരണക്കിണർ അഭ്യാസി യുടെ വിചിത്ര ജീവിതത്തെ വായനക്കാരന് പൊള്ളലേക്കും വിധം ചിത്രീ കരിക്കാനും റീനയ്ക്ക് കഴിഞ്ഞു.

ഇങ്ങനെ കാടും വീടും ഗ്രാമവും നഗരവുമെല്ലാം നിറഞ്ഞാടുന്ന റീനയുടെ കഥാലോകം അതിവിചിത്രവഴികൾക്കൊപ്പം പരിചിത അനുഭ വങ്ങളെയും പകർത്തിക്കൊണ്ടാണ് മുന്നോട്ടുപോകുന്നത്. കഥയിലൊ രിടം കൃത്യമായി ഒരുക്കിയെടുത്ത റീന വരുംകാലങ്ങളിൽ കൂടുതൽ തെളി ച്ചവും തിളക്കവുമുള്ള കഥകളുമായി വരുമെന്ന കാര്യത്തിൽ സംശയമില്ല.

www.ingramcontent.com/pod-product-compliance
Lightning Source LLC
LaVergne TN
LVHW060134051026
849517LV00007B/2470
* 9 7 8 9 3 9 4 7 5 3 0 2 0 *